પ્રેરણા પંથે

વાર્તા & કાવ્ય સંગ્રહ

ગિરિમાલસિંહ ચાવડા “ગીરી”

Made with ♥ on the Notion Press Platform
www.notionpress.com

અર્પણ: બા ,બાપુજી , કાજલબા

મારી જન્મભૂમિ કોયલાણા (ઘેડ) જિ. જૂનાગઢને.

સામગ્રી

સામગ્રી

પ્રસ્તાવન.ા

પ્રસ્તાવના.

જીવન માર્ગ સતત ચાલતો રહે છે.આપણે સૌ આ મારગના મુસાફર છીએ. ક્યારેક કયો મુસાફર તમારી ભીતરના ખૂણે આવીને વસી જાય એ કહેવું મુશ્કેલ છે. આપણું જીવન યાદોથી બનેલું છે, જે જીવનકાળ દરમિયાન ઘણાં રસ્તાઓમાંથી પસાર થાય છે. જેમાંની મોટાભાગની યાદો ઘટના સ્વરૂપે કે પછી કલ્પના સ્વરૂપે તમારી સાથે ચાલતી રહે છે.પ્રેરણા પંથે પુસ્તક કંઈક આવું જ સ્વરૂપ લઈને આપની સમક્ષ મુકું છું. જે વાર્તાઓ અને કવિતાઓ મેં લખી છે તે તમારા ભીતર પણ પ્રગટેલી હોય અને તમે એમાંથી પસાર પણ. થયા હશો. કેમ લખું છું ? એ પ્રશ્નનો જવાબ કદાચ આપવો મુશ્કેલ છે, કારણ કે મારા ભીતરે વસતી પ્રેરણાનો જીવ મને લખવા માટે પ્રેરે છે. બાળપણથી અત્યાર સુધીની ઘણી યાદો હજી તરો તાજા છે. માના ખૂણામાં માથું રાખી આમલીના ઝાડ નીચે કક્કા બારક્ષરી શીખી એ મને હજી યાદ છે.

કાચા મકાનની ચૂનાની દીવાલે સવારે રેડિયોમાં પ્રભાતિયા સાંભળતી સાંભળતી વાળ ઓળવતી માં મને બહુ ગમતી. સમયની સાથે સાથે મોટા થવું સ્વાભાવિક છે પણ હજી જ્યારે ગામની ઋતુ નો પહેલો વરસાદ જ્યારે ગામની માટી પર પડતો હોય ત્યારે ભીની માટીની સુગંધ લેવી મને ગમે છે. વાડીના કાચા રસ્તામાં બાપુની થાકેલી ને શાંત પડેલી પગની ઠંડી છાપ પર પોતાના પગની છાપ અડાડવી ગમે છે. ગામને પાદર જઈ વડની વળવાઈ થી લઇ આમલીની ડાળીઓ પકડી બાળપણ યાદ કરવું ગમે છે.સંબંધની દુનિયામાં હું ઘણો નસીબદાર રહ્યો છું. ઘરના સભ્યો જેમ કે મા-બાપુ,મારી પત્નિ,ભાઈ-બહેન પોતાનો મદદરૂપી હાથ હંમેશા આગળ રાખ્યો છે. અને હા મારા પ્રાથમિક શાળાથી લઈ કોલેજ સુધીના સર્વે શિક્ષકો અને મિત્રોને કેમ ભુલાય જેણે મારો આત્મવિશ્વાસ હજી સુધી જાળવી રાખ્યો છે અને ક્યારેય પણ ઓછો પડવા દીધો નથી.અને લેખક મિત્ર રામ જેને હજીય હું રૂબરૂ ક્યારે મળ્યો નથી, પણ શબ્દ સંબંધે હંમેશા મારી નજીક રહ્યો છે.

મારા જીવનનું પ્રથમ પુસ્તક આપની સમક્ષ મૂકી રહ્યો છું, સહજરૂપે સ્વીકારશો અને ભૂલચૂક હોય તો માફ કરજો,

ગિરિમાલસિંહ ચાવડા "ગીરી"

પ્રસ્તાવના

ગિરિમાલસિંહ ચાવડા પોતે એક ભાવક અને વાચકજીવ છે. તેઓ ગુજરાતી સાહિત્યમાં ખૂંપી ગયેલા માણસ છે. એમની સાથે ટૂંકા સમયનો પણ ઊંડો પરિચય છે. એમના વિચારો અને વાતો એમના સ્વભાવની જેમ જ એકદમ સરળ અને સાલસ હોય છે, છતાં પણ ઘણી ઊંડી હોય છે. તેઓનું આ પ્રથમ પુસ્તક છે.

ઘણુંબધું વાંચવું એ કંઈ પણ લખવા માટેની પૂર્વશરત છે. તેઓએ ઘણુંબધું વાંચીવાંચીને પોતાના વિચારો મઠાર્યા છે, વિકસાવ્યા છે. આ આખી પ્રક્રિયામાં તેઓ ખુદ પણ ઘણું વિકસ્યા છે. 'પ્રેરણા પંથે' પુસ્તક ઘણા વાચકોને એક રસ્તો દેખાડશે, એમાં કોઈ બેમત નથી. આ રીતે પુસ્તક એમણે શીખેલા, સમજેલા અને અનુભવોનો નિચોડ છે.

એક ઉત્તમ મિત્ર, પ્રખર ભાવક અને હવે લેખક ગિરિમાલસિંહને એમના નવા પુસ્તક માટે અભિનંદન. વધુને વધુ પુસ્તકો આવતા રહે અને વંચાતા રહે એવી મારા અને 'પંખ' મેગેઝિન તરફથી શુભેચ્છાઓ.

- ડૉ. યાજ્ઞિક વઘાસિયા, સંપાદક, 'પંખ' મેગેઝિન.

લેખક-પરિચય

ગિરિમાલસિંહ ચાવડા ગુજરાતી ભાષામાં લખતા યુવા સાહિત્યકાર અને ગુજરાતી શોર્ટ ફિલ્મ નિર્માતા છે ! જૂનાગઢ જિલ્લાના માણાવદર તાલુકાના કોયલાણા ગામના એક ખેડૂત પરિવારમાં સુરુભા બનુબા ચાવડાના ઘરે જન્મ. જૂનાગઢ જિલ્લામાં એમનું શૈક્ષણિક કાર્ય પૂર્ણ કર્યું. બેચ્રલ ઓફ કંપ્યુટર એપ્લીકેશનમાં અભ્યાસ પૂર્ણ કરી IT કંપનીમાં એસોસિયેટ કન્સલ્ટન્ટ તરીકે ફરજ બજાવી રહ્યા છે, સાથે સાથે તેઓ પોતાની કારકિર્દી લેખન અને ફિલ્મ ક્ષેત્રે બનાવી રહ્યા છે.

માત્ર ૨૪ વર્ષની ઉંમરે તેમણે પોતાની પ્રથમ ગુજરાતી શોર્ટ ફિલ્મ "સંતાન" રજૂ કરી હતી. જેને ગુજરાતના લોકોએ હર્ષ સાથે વધાવી હતી. ટૂંકી વાર્તા, નવલકથા, લેખ અખબારમાં પ્રકાશિત થાય છે. ફિલ્મ ટીવીની કથા-પટકથા જેવા દરેક ક્ષેત્રમાં પોતાનું યોગદાન આપી રહ્યા છે. સાથે ગુજરાતી મેગેઝીન રાજપૂત શક્તિ મેગેઝીન, ગાંધીનગર રાજપૂત મેગેઝીન, સમન્વય અને સ્પંદન મેગેઝીન અને અખબારી કોલમ પણ લખી રહ્યા છે.યુથ આઈકોન એવોર્ડ નોમિની અને ગીર ગુજરાત એવોર્ડ નોમિની રહી ચૂક્યા છે. ગુજરાત સિને મીડિયા એવોર્ડ 2021માં સ્પેશિયલ અચિવમેન્ટ એવોર્ડ, ગર્વથી ગુજરાતી 2021-22 માં સન્માનિત થઈ ચૂક્યા છે.મોટીવેશનલ સ્પીકર તરીકે અત્યાર સુધીમાં 30 જેટલા સેમિનાર આપ્યા છે.

સમાજ સેવાના કાર્ય અર્થે "Let's Share" નામનો એનજીઓ પણ ચલાવે છે. અનાથ બાળકોના ભણતરથી લઈ જીવન જરૂરિયાત સુધીની બધી વસ્તુઓ પૂરી પાડવામાં આવે છે. કો-ઓથર તરીકે "પ્રેરણાના પગથિયાં", "સ્નેહનો સંગાથ", "અવસર", "સારમાં વિસ્તાર" અને "Mine" બુક પ્રકાશિત કરી છે.

આશિર્વચન

દોસ્ત તને મારી અનંત શુભકામના, તારા શબ્દ એ તને મળેલો સૌથી મોટો આશીર્વાદ છે દોસ્ત એને સ્વતંત્ર રહેવા દે.

- (રામ મોરી, ગુજરાતી સાહિત્ય અકાદમી યુવા પુરસ્કાર લેખક)

આમ જોવા જઇએ તો લખવું એ એક અઘરી પ્રક્રિયા છે. ભીતર કંઇક ઉગવું અને પછી એને શબ્દોમાં ઢાળવું એ ખૂબ જ મહેનત માંગી લેતી બાબત છે. ગિરિમાલ ચાવડાએ આ દિશામાં ખૂબ જ મક્કમ મને પગરણ માંડ્યા છે ત્યારે આ પુસ્તકોનું પ્રગટ થવું, એ ચોક્કસપણે એનાં વિચારશીલ હોવાનો પુરાવો આપે છે. યુવાવયે એણે શરૂ કરેલી લેખનકાર્યની આ સફર એને ખૂબ બધા નવા અને વૈવિધ્યપૂર્ણ મુકામ સુધી લઇ જશે, જ્યાં એણે સતત ખીલતાં, ખૂલતાં રહેવું પડશે અને તો જ પોતાનામાં નવું કશુંક પાંગરતું પામશે. મન અને વિચારતો દૃઢ છે જ, દોસ્ત, તારી કલમ પણ મજબૂત થતી રહે તેવી અંતરથી શુભકામનાઓ.

-(તારો સહૃદયી ,ડૉ. ધવલ સોલંકી આચાર્ય, લેખક, કવિ, યુથ કાઉંસેલર અમદાવાદ.)

સામાન્ય પરિવારમાં જન્મેલા અને આપમેળે સાહિત્યમાં રુચિ રાખી લેખન કાર્યમાં પ્રાવિણ્ય ધરાવનાર ગિરિમાલસિંહ ચાવડાને યુવા સાહિત્યકારનો અનમોલ કોહિનૂર કહી શકાય.કાવ્ય,લઘુ કથા અને વાર્તા એમનો શોખ રહ્યો છે વ્યવસાય અલગ અને વિચારો અલગ આવું બહુ ઓછા લોકો ચરિતાર્થ કરી શકતા હોય છે. કાદવમાં કમળ અતિ સોહામણું લાગે એવું એક અલભ્ય વ્યક્તિત્વ એટલે ગિરિમાલસિંહ ચાવડા જેવો એ પોતાની મહેનત થકી કોયલાણા (ઘેડ) ગામનું ગૌરવ વધાર્યું છે. રાજપુતી સંસ્કારને સાથે લઈ ફરતા મારા વતનના રતનને આગળ વધતો જોઈ હું અતિ આનંદ અનુભવું છું. એની લેખન પ્રગતિને વધુ વેગ મળે અને ખૂબ પ્રગતિ કરે એવી અભ્યર્થના સાથે આશિર્વાદ.

-(શ્રી અનિરુદ્ધસિંહ એન. ચાવડા, કવિ અને લેખક,વડોદરા)

પ્રથમ પુસ્તક "પ્રેરણા પંથે " માટે ખૂબ ખૂબ અભિનંદન અને શુભેચ્છા.

-(જયરાજસિંહ ડી.જાડેજા (ભાતેલ) ભાવનગર.ઓલ ગુજરાત પ્રતિનિધિ રાજપૂત શક્તિ માસિક મેગેઝિન.)

સમાજલક્ષી કામો માટે હરહંમેશ જોડાયેલા રહેતા અને લોકોના હિત માટે હંમેશા મદદગાર રાજપૂત સમાજ ના ગૌરવ એવા ગિરિમાલસિંહ ચાવડાને પુસ્તક "પ્રેરણા પંથે " માટે ખૂબ ખૂબ શુભેચ્છાઓ.

-(જયદેવસિંહ ડી. ગોહિલ, ફાઉન્ડર, ઓફ "પરિશ્રમ થી પ્રગતિ સુધી".)

શ્રી ગિરિમાલાસિંહ ચાવડા પોતાના નવા પુસ્તક “પ્રેરણા પંથે” નું લોકાર્પણ કરી રહયા છે તે અત્યંત આનંદની અને ગૌરવની વાત છે. આપણા સમાજમાં સાહિત્યકર્મીઓ પ્રમાણમાં ઓછા છે, ત્યારે આ નવા પુસ્તકને વધાવીએ. તેમને તેમના આ પ્રયાસ બદલ ખૂબ જ અભિનંદન અને હજુ પણ નવા સર્જનો તેમના તરફથી મળતા રહે તેવી શુભેચ્છાઓ.

-(સુરેન્દ્રસિંહ જાડેજા (મોડપર),કવિ અને રીટાયર સ્ટેનોગ્રાફર
આઈ.પી.સી.એલ, વડોદરા.)

ગુરુ - આશીર્વાદ

પ્રિય ચિ. ગિરિમાલસિંહ ચાવડા એ પાયાનું શિક્ષણ અમારી શાળામાં લીધેલ છે. શ્રી કોયાલાણા પે. સે. શાળાએ ગિરિમલસિંહ ચાવડા ની માતૃ સંસ્થા છે. બચપણથી ઘણી સુષુપ્ત શક્તિઓ તો હતીજ યોગ્ય માર્ગદર્શન મળતા ગૌરવ સાથે અમારી સંસ્થાનો પણ નામ રોશન કરેલ છે. પોતાના અભ્યાસકાળથી જ વૈચારિક સમૃદ્ધિ અને શાબ્દિક કલ્પના શક્તિ ધરાવે છે.સાંપ્રત સમય અનુસાર તેમના દ્વારા લિખિત વાર્તા અને કવિતા સંગ્રહ “પ્રેરણા પંથે ” પુસ્તક માટે ખુબ ખુબ શુભેચ્છાઓ.વિચરે નહીં અને વિચારે નહીં ત્યારે માણસના જીવનની ગતિ રૂંધાતી હોય છે.સત્વશીલ સાહિત્યના વાંચનથી વિચારની યાત્રા સાચી દિશામાં થાય અને વિચરણ કલ્યાણ માર્ગનુ જ હોય.વિજેતાઓ કોઈ અલગ કામ નથી કરતા તેઓ દરેક કામ અલગ રીતે કરતા હોય છે.ખૂબ ખૂબ અભિનંદન.

-(લી. વિજય એચ. કરંગિયા,આચાર્ય શ્રી,કોયલાણા પે. સે. શાળા , જૂનાગઢ)

માધ્યમિક શાળા ના ભૂતપૂર્વ વિદ્યાર્થીને સાહિત્યમાં રુચિ જોય ખૂબ આનંદ થાય છે. જેણે આઇટી કંપની નોકરી કરતા હોવા છતાં સાહિત્ય સર્જનમાં કાઠું કાઢ્યું છે. જેનો રાજીપો અને અંતરથી આનંદ . “પ્રેરણા પંથે” પુસ્તક માટે ખૂબ ખૂબ શુભેચ્છાઓ.

-(શ્રી જનકસિંહ એન. ચાવડા,નિવૃત્ત શિક્ષક માધ્યમિક શાળા (કોયલાણા ઘેડ), જૂનાગઢ)

૧૧/૧૨મું ધોરણ નો અભ્યાસ મારી પાસે પૂરો કર્યો. ખૂબ મહેનત કરી પોતાની જાતને કંડારી છે,નોકરીની સાથે સાથે સાહિત્ય ક્ષેત્રે પણ આગળ વધતો જોઇ આનંદ અને ગૌરવનો અનુભવ થવો સહજ છે.

-(શ્રી નીરવ આર. દત્તાણી ,શિક્ષક જીનીયસ ઉચ્ચતર માધ્યમિક શાળા, માણાવદર, જૂનાગઢ.)

શ્રી ગિરિમાલસિંહ ચાવડા પોતાના અભ્યાસકાળથી જ વૈચારિક સમૃદ્ધિ અને શાબ્દિક કલ્પના શક્તિ ધરાવે છે. સાંપ્રત સમય અનુસાર તેમના દ્વારા લેખિત વાર્તા અને કવિતા સંગ્રહ "પ્રેરણા પંથે " તમામ સાહિત્ય રસિકો તથા વાંચન રસિકો માટે એક ઉત્કૃષ્ટ પુસ્તક બની રહે અને ભવિષ્યમાં પણ આવા સારા પુસ્તકોનું લેખન કરે અને સફળતા પ્રાપ્ત કરે. શુભેચ્છાઓ સાથે ખૂબ ખૂબ અભિનંદન.

-(પ્રો. સંદીપ ઉપાધ્યાય,અધ્યાપક શ્રી,સાયન્સ એન્ડ આઈ ટી કોલેજ,
જૂનાગઢ.)
-(પ્રો. ધવલ ત્રિવેદી,અધ્યાપક શ્રી,સાયન્સ એન્ડ આઈ ટી કોલેજ,
જૂનાગઢ.)

સ્વીકૃતિઓ

આભાર,
સર્વે ગુરુજનો : હંમેશા મારો સાથ આપનાર
લવ વ્યાસ : પુસ્તકનું મુખપૃષ્ટ બનાવનાર
સર્વે મિત્રો : સદાય સાથે રેહનાર
પ્રુફ રીડિંગ : સંજય ભાઈ

વાર્તા વિશ્વ

1
ભૂખ્યું સ્મિત

સાંજના સાડા પાંચ વાગવાની તૈયારી હતી મને દરરોજની જેમ ભૂખ પણ સતાવી રહી હતી. આજે શું જમીશ? શું જમવાનો પ્લાન રહેશે? કઈ બાજુ જમવા જવાનું છે? કઈ હોટલે જવાનું રહેશે? ઘણા બધા વિચારો મારા મનમાં આવ્યા. એક વિચાર આવ્યો કે, આજે હું રાજુ ખાના નામની હોટેલમાં મારું જમવાનું રાખીશ.

ઑફિસનો સમય જેમ જેમ જતો હતો તેમ તેમ મારી ઑફિસની કાર્યવાહી પણ પૂરી થતી હતી. હું સાંજનું મારું ઑફિસનું કાર્ય પતાવી સાંજના સાત વાગ્યાની આજુબાજુ બેગ લઈ જમવા માટે નીકળ્યો.

એક તો ભૂખની તાલાવેલી અને પેટની સહનશક્તિ મારાથી સહન થતી નહોતી. મને લાગ્યું હવે હું જલદી રાજુ ખાના પહોંચીને પેટની આગ બુજાવું. મનમાં ને મનમાં બોલ્યો "ભાઈ જલદી જલદી પહોંચ તને બહુ જ ભૂખ લાગી છે." જલદીથી રિક્ષા પકડીને હું રાજુ ખાના પહોંચ્યો.

દરરોજના રૂટિન પ્રમાણે મેં ગુજરાતી થાળી મંગાવી. શાક રોટલી દાળ-ભાત અને સાથે ઘણું બધું હતું. બસ હવે તો મનમાં એવું જ લાગવા લાગ્યું કે તૂટી પડવું છે.

પણ... ત્યાં એકાએક મારી નજર એક ડોશીમા પર પડી. જે હું દરરોજ આવું અને એ પોતાના કરચલીવાળા ચહેરાના સ્મિત વડે મને નિહાળતા. મને તેઓ કશું આપતાં હોય એવું મને લાગ્યા કરતું. તેઓ હંમેશાં પોતાનું ખુશી વગરનું સ્મિત આપી પોતાને પણ અંદરથી ખુશ કરવા પ્રેરિત કરતા હોય એવું લાગતું.

પણ, આજે કંઈક અલગ જ લાગ્યું. મારું જમવાનું ચાલુ કર્યું... હું જેમ જેમ પોતાનું જમવાનું જમતો હતો તેમ તેમ તે મારી નજર સામે એકીટશે જોવા

લાગ્યા. મને એકાએક થયું કંઈક તો કારણ હશે કે, આ ડોશીમા મારી સામે દરરોજ પોતાનું નિસ્વાર્થ સ્મિત મને આપે છે. મને થયું એ ભૂખ્યાં હશે. હું થોડું ઘણું મારા ભાગનું જમવાનું તેને આપું.

મેં એક ખાલી ડીશ વેઈટર પાસેથી મંગાવી લીધી.

"ભાઈ પાંચ રૂપિયા મારી પાસેથી એક્સ્ટ્રા લઈ લેજો પણ મને એક ખાલી થાળી આપજો."

વેઈટર થાળી આપતા બોલ્યો. "આપને શું કરવી છે આ ખાલી ડીશ, પૂરી ડિશ તો તમને આપી છે સાહેબ."

મેં કહ્યું "ભાઈ મારે આમાંથી થોડું ખાવાનું તે સામે બેઠેલાં ડોશીમાને આપવું છે. તમે ખાલી થાળી આપો."

"સાહેબ.... આવા લોકોનું તો દરરોજનું થયું. અમારી પાસે પણ ઘણીવાર માગ્યાં કરે અને અહીં આવેલા ગ્રાહક પાસે પણ.... અમે આવા લોકોને આપતાં નથી."

"ભાઈ પણ અત્યારે મને આપી દેવા દે."

અમારા બંનેનો વાર્તાલાપ ત્યાં બેઠેલા ઘણા બધા રહીશ લોકો પણ સાંભળી રહ્યાં હતાં. તેઓના મુખ પર ચુપકીદીની મહોર લાગેલી હતી.

હું ડીશ હાથમા લઈને પુલ નીચે બેઠેલા ડોશીમા પાસે ગયો. મારું અડધું જમવાનું તેમને આપી હું પણ જમવા બેસી ગયો. બસ પછી સ્મિત ભરી નજરે નિહાળતો રહ્યો. આજે હું પણ આ સ્મિત ભરી નજરે નિહાળ્યા જ કરવા લાગ્યો કારણ કે આ સ્મિતમાંથી કંઈક અલગ જ તાકત મળતી હોય એવું મને લાગવા લાગ્યું.

ડોશીમા જમીને પુલના એક સ્તંભ પાસે ઓટલો બાંધેલો હતો ત્યાં બેસી ગયાં. મને ખબર પણ ના પડી. હું મારું જમવાનું પતાવી પૈસા દઈને નીકળવાની તૈયારીમાં હતો. ત્યાં જ એકાએક મારી નજર એ બીજા સ્થંભનાં ઓટલા પાસે પડી. મેં જોયું તો ઘણા લોકો એકઠાં થયેલા દેખાયા ને બધા લોકો એકબીજા સાથે કંઈક વાતો કરી રહ્યાં હતાં. મને લાગ્યું 'ચાલને, હું પણ જોઈ આવું શું થયું છે?' બસ હું દોડીને ત્યાં પહોંચ્યો. જોયું તો પેલાં ડોસીમા પોતાના આખરી શ્વાસ લઈ રહ્યાં હતાં. એકાએક જ ધરતીના ખોળે ઢળી પડ્યાં.... એ જ સ્મિત સાથે જે મેં તેઓની આંખોમાં અને તેઓના ચહેરા પર જોયું હતું.

મારી આંખોની પાંપણ ભીની થઈ. ડોસીમાને એકાએક શું થયું હશે? તે મારું છેલ્લું ભોજન અને તેની છેલ્લી સ્મિત સાથે આ જિંદગી છોડીને જતાં રહ્યાં ! આવું તે કેમ બન્યું હશે ? બસ એ ક્ષણે હું ટોળાની વચ્ચે જઈને બોલ્યો. "ક્યારેક જિંદગીમાં એક નાના ભોજનના ટુકડાથી જો કોઈની જિંદગી બચતી હોય તો તેને

આપી દેવામાં કંઈ ખોટ નથી.

2
રાજીનામું

વિશાલે રાજીનામાં માટે ઈ-મેઈલ કર્યો તેને ત્રણ દિવસ વીતી ચૂક્યા હતા. પણ મેનેજર હજુ સુધી સહમતી આપી નહોતી કે ઈમેલ વાચ્યો નહોતો. ઑફિસમાં કોઈને ય જાણ કર્યા વગર હૉસ્પિટલ જતો રહ્યો હતો અને મેનેજરને ફોન કરીને કહ્યું : "સર હું હવે ઑફિસે નહીં આવી શકું. તમારા ઈ-મેઈલ આઈડી ઉપર બે દિવસ પહેલાં રેજિગ્નેશન ઈ-મેઈલ કર્યો છે જોઈ લેજો" મોટો નિસાસો નાખી ફોન કટ કર્યો. વિશાલના મનની અંદર ઘણા બધા સવાલો ઊભા થઈ રહ્યા હતા પણ બધા સવાલોને દબાવી રાખ્યા અને ફોનમાં કશું ના બોલી શક્યો.

થોડો સમય વીત્યો અને મેનેજરનો ફોન ફરી પાછો આવ્યો અને બોલવા લાગ્યા "વિશાલ હું ઘણા સમયથી જોઈ રહ્યો છું તું બહુ રજાઓ પાડે છે. ઑફિસના કાર્યમાં પણ સારી રીતે ધ્યાન નથી આપતો. આવું લાંબું કેમ ચાલશે ? તારું રેજિગ્નેશન ઈ-મેઈલ હું ઑફિસે જઈને વાંચી લઈશ." ગુસ્સાની ભાવનાથી આટલું કહી મેનેજરે ફોન કટ કર્યો.

ઑફિસના કોલાહલની વચ્ચે વિશાલ અને તેની પત્ની બંને એકબીજાની સામ સામે જોઈ રહ્યા હતા. બંનેના ચહેરા ઉપર ચિંતાઓના વાદળ ઘેરાઈ ચૂક્યા હતા. ડૉક્ટરે ઘણા પ્રયાસો કર્યા છતાં સામે કંઈ વળતર ના મળ્યું.

વિશાલે તેની પત્નીને : "સાંભળ ભલે ડૉક્ટરોએ હાથ અધર કરી દીધાં છે પણ મારાથી તો હાથ અધર નહીં થાય."

ચાર પાઈ પર સૂતેલી વ્યક્તિ ધીમે ધીમે આંખો ખોલી અને વિશાલની સામે જોઈને: "વિશાલ ! બેટા મને કશું થયું નથી હું સાજી જ છું. તું મારી ચિંતા ના કરીશ દીકરા ! તું તારે ઑફિસે જઈ તારું કામ કર અને તેમાં ધ્યાન આપ."

નીરસતા ભરી આંખોથી વિશાલ બોલ્યો: "મા હું ક્યાંય નહીં જાવ; હું તારી પાસે જ રહીશ. હું અહીં જ છું તું ઑફિસની ચિંતા ના કરતી. હું તારી પાસે જ રહી

અને તારું ધ્યાન રાખીશ."

અંતર આત્માનો અવાજ આવ્યો ને બોલાય ગયું : "બાળપણથી લઈ મોટા થવા સુધી તે ઘણા બધા દુઃખો સહન કર્યા છે. સાથે સાથે મારું પણ ધ્યાન રાખ્યું છે. બધી જ જવાબદારી તે સહજ રીતે પૂરી કરી છે. હવે મારો વારો છે મા...."

સાંજનો સમય થવા જઈ રહ્યો હતો. અચાનક ફરીથી વિશાલના ફોનની ઘંટડી વાગી.

"વિશાલ તારો રેજિગ્નેશન ઇ-મેઇલ મેં વાંચ્યો છે પણ વાર થયું કે, તને રૂબરૂ મળી થોડી વાત કરી લઉં. જો તું થોડો સમય કાંઢી અને આવી શકતો હોય તો જલદી જલદી ઑફિસે આવીને મળી જા."

વિશાલ થોડો અચકાયો અને બોલ્યો: "સર માફ કરજો ! હું મારો બનતો પ્રયત્ન કરું છું અને તમને મળું છું."

વિશાલ ફટાફટ હૉસ્પિટલની બહાર નીકળી કાર ચાલુ કરી અને ઑફિસે પહોંચ્યો.

મેનેજર આતુરતાથી વિશાલની રાહ જોઈ રહ્યા હતા. ત્યાં અચાનક એક અવાજ સંભળાયો: "હું અંદર આવી શકું સર ?" અવાજ બહુ ધીમો અને દુઃખથી ભરેલો હતો.

મેનેજર: "જી ચોક્કસ વિશાલ અંદર આવ....."

"જો વિશાલ... એવી તે શું તકલીફ પડી કે આમ અચાનક રાજીનામું આપવું પડ્યું ? કોઈ મેનેજમેન્ટ કે પછી સ્ટાફ તરફથી તકલીફ પડી હોય તો મને બોલ. તને ખબર છે કે હું આમ તો રાજીનામું તરત જ સ્વીકારી લઉં છું પણ તું અહીં ઘણાં વર્ષોથી કામ કરે છે અને મેં તારું કામ જોયું છે તો મારી પણ એક હૃદયથી ફરજ બને છે કે, હું તારું રાજીનામું કરું એ પહેલાં તારી જોડે વાત કરી બધું જાણી લઉ."

"સર... એવું કશું જ નથી મારો સ્વભાવ જ એવો છે કે મને સ્ટાફ મેમ્બર કે મેનેજમેન્ટ દ્વારા કોઈપણ જાતની અગવડતા ના પડે. અને તમે પણ મને ઘણું માન આપ્યું છે સાથે મારી સેલેરી પણ ઘણી સારી કરી આપી. સર આવા સંજોગોમાં હું રજા માંગી માંગીને થાકી ગયો છું. ઘણીવાર માનસિક રીતે પણ થાકી જવાય છે. મારા ઉપર ઘરની ઘણી જવાબદારીઓ છે. પણ... ઘણીવાર ઘરની જવાબદારીઓ અને ઑફિસનું કામ બંને એક સાથે નિભાવી નથી શકાતું. પપ્પા બીજા લગ્ન કરી અમેરિકા સ્થાયી થઈ ગયા છે. અમારી સાથે નાતો તોડી નાખ્યો છે. સર... મને માફ કરજો. હું લાગણીહીન બની મારા પરિવારને અવગણી નહી શકું."

ત્યાં અચાનક ફોનની ઘંટડી વાગી...

"તમે જલદી જલદી હૉસ્પિટ આવો મમ્મની તબિયત બહુ જ બગડી છે. ICU ખસેડવામાં આવ્યા છે. વારે ઘડીએ તમને યાદ કરી રહ્યાં છે."

મેનેજર સાહેબ આ બધું સાંભળી રહ્યા હતા અને બોલ્યા : "હું પણ તારી સાથે આવું છું ચાલ આપણે નીકળીએ..."

હૉસ્પિટલ પહોંચી તરત જ ICUમાં દાખલ થયા. વિશાલના મમ્મી તેનાં છેલ્લા શ્વાસ ભરી રહ્યાં હતાં. વિશાલ તેની મમ્મીની પાસે જઈ બેસી ગયો અને તેનાં મમ્મીનું માથું તેના ખોળામાં લઈ લીધું. ડૉક્ટરની સામે જોઈ બોલવા લાગ્યો "શું થયું છે મમ્મીને ?" પણ હવે ઘણું મોડું થઈ ગયું હતું. ડૉક્ટરના ચહેરા પરની વાત રાજેશ જાણી ગયો.

"મમ્મી હું અહીં જ છું તારી પાસે બોલ, પણ ત્યાં તેના મમ્મીએ તેમના છેલ્લા શ્વાસ છોડી દીધાં."

મેનેજરથી લઈ હૉસ્પિટલના સ્ટાફની આંખોમાં આંસુ સરી પડ્યાં.

મેનેજર : "વિશાલ તું નસીબદાર છો કે તારા મમ્મીનો જીવ તારા ખોળામાં ગયો. તું ચિંતા ના કરીશ... બધી ક્રિયાકાંડ અને વિધિ પૂરી કર્યા પછી જો ઑફિસ જોઈન કરવાની ઇચ્છા હોય તો મને જણાવજે હું તને આવકારું છું."

"સર મારી મમ્મીએ મારા ખોળે જીવ છોડ્યો છે. અને એ મારા માટે નસીબની વાત છે પણ હવે મમ્મીની પાછળ જે કાંઈ પણ કરીશ એ બધું વ્યર્થ છે."

દીકરા પ્રત્યેની મારી હૉસ્પિટલની ફરજ અહીં પૂરી થાય છે, રજાની જરૂર જ્યારે મારી મા જીવતી હતી ત્યારે હતી. હવે ઑફિસ છોડવાનો કે રજા લેવાનો અર્થ નથી. તમે આરામથી ઘરે જાવ હું આવતા અઠવાડિયાથી ઑફિસ જોઈન કરી લઈશ."

3
કુદરતની કરામત

સૂરજની પ્રથમ કિરણ પડતાં જ જીવન અને ધરતી બંને આળસ મરડીને પોતપોતાની કમાન સંભાળી રહ્યાં હતાં. પશુ, પક્ષી, વૃક્ષ ને માનવ પોતાના કાર્યોને પૂર્ણ કરવા માટે તેની શરૂઆત કરી રહ્યાં હતાં અને પોતપોતાના દિવસની રાહ ઉપર ચાલવા ને દોડવા લાગ્યાં હતાં.રસ્તાઓ પર ચાલતા રાહબરી લોકો પોતપોતાની રાહ પર ચાલીને પોતપોતાની મંજિલને શોધી રહ્યા હતા. એમાં મને પણ ક્યાંય ચેન પડતું ન હતું. કાંઈ નવું કરવાની ચાહ અને નવા વિચાર, મારા જીવનપંથ પર સાથ આપનારી પ્રેરણા સાથે ચાલ્યો જતો હતો. દરરોજના સમય દરમિયાન માત્ર હું જ મારી સાથે હતો.

ત્યાં અચાનક પવન અને પવનની સાથે જોડાયેલ સમય પણ થંભી ગયો. પોતાને થંભાવી; તેને અટકાવીને મને પણ થોભાવી દીધો. ત્યાં અચાનક મારી નજર રસ્તાના જર્જરિત બાકડા ઉપર બેઠેલ આડેધડ વયની એક સ્ત્રી ઉપર પડી.થોડા સમય માટે કશું સૂઝતું ન હતું. શું ચાલી રહ્યું છે? કશું થવા જઈ રહ્યું છે, કશું નવું થઈ રહ્યું છે? આવા ઘણા બધા વિચારો મનમાં વખોડાઈ રહ્યા હતા.

હું માત્ર એ દ્રશ્ય નિહાળી રહ્યો હતો. એ સ્ત્રી બાકડે બેઠેલી હતી. સ્ત્રીની હાલત અસ્થિર જણાતી હતી પણ લાગતું નહોતું કે તેઓ અસ્થિર મગજના છે. હું ઊંડો શ્વાસ લઈ સામે જોતો રહ્યો પણ તેની નજર તો એક પૂતળા પર હતી. જે આબેહૂબ નાના બાળક જેવું દેખાતું હતું.

સ્રી તે પૂતળાને મમતાભર્યા હાથ દ્વારા પંપાળતી - રમાડીતી, વહાલ કરતી હતી. તેના અમૃત સમાન એવા મુખથી મારો "દીકરો" "મારો ડાયો દીકરો" "મારો ડાયો ડાયો દીકરો" બોલી સંબોધી રહી હતી. તેની મમતા અને તેની મમતાનું આચળ છલકાઈ છલકાઈ તેની મમતાને સાબિત કરી રહ્યું હતું. મા નિર્મિત પ્રેમ શું છે ? તેની સાબિતી પુરવાર કરી રહી હતી.

તેની મમતાને જોઈને લાગતું હતું કે એક મા જાણે પોતાના બાળક ઉપર મમતા અને સાગરને છલકાવતી હોય. દ્રશ્ય જોઈ મારું હૃદય દ્રવી ઉઠ્યું. મને પળવાર માટે થયું શું બની રહ્યું છે ! બસ હું નિહાળતો રહ્યો.....

થોડો સ્વસ્થ થઈને મેં આગળ જોયું તો એક મકાનની અંદર એક વયોવૃદ્ધ દાદા બેઠેલા હતા. પોતાનું કામ પતાવીને આરામ ખુરશી પર આરામ કરી રહ્યા હોય તેવું જણાતું હતું. ચહેરા ઉપર જોઈને લાગ્યું કે, આ દાદા આ સ્ત્રીના પિતા હોઈ શકે. હું મારા અડગ મનના મુસાફર રૂપી પગને ઉપાડીને ઘરમાં પ્રવેશ્યો.

"દાદા નમસ્તે....!"

હું તમારાથી થોડે દૂર રૂપાવટીમાં રહું છું. અત્યારે અહીંથી પસાર થઈ રહ્યો હતો તો મારી નજર પેલા બહેન ઉપર પડી. તમે તેમને ઓળખો છો ? તેને શું થયું છે ? તે પૂતળા જોડે વહાલ ભર્યું વર્તન કેમ કરી રહ્યા છે ?

દાદાએ વળતા જવાબમાં કહ્યું : "દીકરા... તે મારી દીકરી ઉષા છે. તેને તેના સાસરેથી તરછોડી દેવામાં આવી છે અને અત્યારે તે મારી સાથે રહે છે. તેનું મગજ હવે તેને સાથ નથી આપતું. તે માત્ર ને માત્ર તેનો આખો સમય તે પૂતળા જોડે પસાર કર્યા કરે છે. તેને પંપાળ્યા કરે છે અને રમાડતી રહે છે..."

દાદાના અવાજમાં દુઃખ અને તેની દીકરીની પીડા વ્યક્ત થઈ રહી હતી.

"દાદા એવું તો શું બન્યું કે અત્યારે તેમની હાલત આવી છે?"

"એક વર્ષ પહેલાં અમે તેનાં લગ્ન એક પૈસાદાર અને ખાનદાની પરિવાર સાથે કર્યા હતાં. તેઓને અમારી દીકરીને બહુ દુખ આપીને તરછોડી દીધી. અત્યારે તે બધા અભાગ્યા અમારી દીકરીને તરછોડીને રાજીખુશીથી રહે છે. મારી દીકરી ઉષાને ભગવાને પહેલાં ખોળે દીકરો આપ્યો હતો. પણ તે દીકરો મૃત્યુ પામ્યો. કાળની અને કુદરતની કરામત સામે કોનું ચાલવાનું છે ! તે સમય અમારા બધા માટે ખૂબ જ આકરો સમય હતો. અમે બધા ગમગીનીમાં ડૂબી ગયા હતા."

"દીકરાને શું થયું હતું?"

"દીકરો સાત મહીનાનો હતો. દીકરાને અચાનક તાણ આંચકી (ખેંચ) ઉપડતા તેને હોસ્પિટલમાં દાખલ કરવામાં આવ્યો પણ ડૉક્ટરની બેદરકારીને લીધે અમારી ઉષાને તેનો દીકરો ખોવો પડ્યો. ત્યાર પછીથી ઉષાની હાલત અસ્થિર અને દુઃખ ભરી રહે છે. અમે લોકોએ બહુ ઈલાજ કરાવ્યો પણ કશો ફરક પડ્યો નહીં."

દાદાને આભાર વ્યક્ત કરી હું ત્યાંથી નીકળી ગયો.

મમતાને ધન્યતા આપી કે અસ્થિર મગજના હોવા છતાં પણ માતાની મમતા એવી ને એવી જ રહે છે ! તેમાં કશો ફરક પડતો નથી. એટલે જ કહેવાયું છે કે "મા

તે મા બીજા વગડાના વા !" અને આ કહેવત અહીં સાર્થક થતી હોય એવું મને લાગે છે.

4

મમતા

લગ્નને ઘણા વરસ થઈ ગયા પણ મમતાને સંતાન સુખ પ્રાપ્ત થયું નહોતું. લગ્ન થયા પછી શરૂઆતના દિવસો હરવા ફરવા અને મોજ મજામાં કાઢ્યાં. પતિ પત્ની હાલ બાળક ન રહે તેવું ઇચ્છતા હતા. સમય જતાં બંનેએ એક બાળકનું પ્લાનિંગ કર્યું પણ ઘણો સમય જતો રહ્યો હતો એટલે કોઈ પરિણામ મળ્યું નહીં. બંને ઉપરથી ખુશ હતાં પણ અંદરથી નિ:સંતાન હોવાની પીડા કોરી ખાતી હતી.

સમય જતાં મમતાએ સ્વીકારી લીધું કે ભગવાને બાળક દેવું હશે તો ગમે ત્યારે દેશે. સમય આવ્યે બધું સારું થશે. આવું મનોમન નક્કી કરી ભક્તિમય જીવન ગાળવાનો નિર્ણય કરી લીધો. ઘણી બધી માનતાઓ રાખી અને વર્ત કથાઓ કરે.

મમતા રોજ સવાર સાંજ દેવ મંદિર જાય; પૂજા પાઠ કરે, ભજન કિર્તન કરે, ભગવાનને રોજ નવા નવા ભોગ ધરે અને ભગવાનના સાંનિધ્યમાં સમય પસાર કરે. ભગવાનનું દીધેલ બધું જ હતું એટલે ગરીબની સેવા પણ કરતી. ગરીબ લોકોના બાળકોને પ્રેમથી ભણાવે, ખવડાવે અને જરૂરિયાત મંદ બાળકોને ચોપડા, વસ્ત્ર અને પૈસા આપે.

એક દિવસ મમતા મંદિરે જઈ ભગવાનને ખૂબ વિનવવા લાગી "હેં પ્રભુ ! મારો શું વાંક છે? તે મને ખૂબ પૈસો આપ્યો, સમજદાર પતિ આપ્યો. માત્ર એક બાળક જ કેમ ન આપ્યું...? મારો ખોળો શું કામ ખાલી રાખ્યો? હસતું - રમતું એક બાળક આપી મારા ઘરને કિલ્લોલ કરતું કરી દે! અત્યાર સુધી હું એમ માનતી હતી કે તારે ઘેર દેર છે પણ અંધેર નથી પણ હવે મને લાગે છે કે તું જ નિષ્ઠુર છો બાકી આવું કરવાથી તને શું મળવાનું છે? તું શું કામ મારી પ્રાર્થના નથી સાંભળતો?" હાથ જોડીને વિનવતી જાય અને ચોધાર આંસુએ રડતી જાય છે. ફરી એક મોટો નિસાસો નાખી બોલવા લાગી. "હેં પ્રભુ ! એક બાળક દે, એક બાળક

દે."

પોકાર કરતી મમતા બેભાન બની મંદિરના પ્રાંગણમાં પડી જાય છે. ઘણો સમય વિત્યા બાદ ભાન આવે છે, ત્યારે મધરાત થઈ ચૂકી હોય છે. માંડ માંડ કપડા સરખા કરી બેબાકળી બની ઘર તરફ પ્રયાણ કરે છે. જડપથી અંધારામાં ચાલતી જાય છે. ત્યાં તેને કાને કોઈક બાળકના રડવાનો અવાજ સંભળાયો. તે ઘડીભર કંઈ વિચારી શકતી નથી. મંદિરમાં બનેલ ઘટનાનો ભાસ થઈ રહ્યો છે એવું સમજી ફરી ચાલવા લાગી.

ત્યાં તો ફરીથી જોર જોરથી બાળકના રડવાનો અવાજ આવવા લાગ્યો. હૃદયના ધબકાર વધી રહ્યાં હતાં. રડતા બાળકની દિશા તરફ દોટ મૂકી જુએ છે તો ચાંદનીના પ્રકાશમાં એક ફૂલ જેવું બાળક ભૂખનું માર્યું ખૂબ રડે છે. મમતા આમતેમ નજર કરે છે પણ કોઈ દેખાતું નથી. 'આવા વહાલા બાળકને કોણે છોડી દીધું હશે ? કોણ આવું દયાહીન થયું હશે ?' એવા અનેક પ્રશ્નો એના મગજમાં ઊઠે છે. વિચારવું યોગ્ય નથી એવું સમજી બાળકને જોતાં જ તેનું માતૃત્વ છલકી ઉઠે છે. પળનોય વિલંબ કર્યા વગર બાળકને છાતી સમું ચાંપે છે, વહાલનો વરસાદ વરસાવી દે છે !

છતાં બાળક છાનું નથી રહેતું. 'મારો દીકરો મારો દીકરો...!' મમતા ભર્યા મુખથી મમતા વરસાવી રહી છે. કુદરતની કરામત કુદરત જ જાણે ! પોતાનું જ બાળક હોય તેમ છાતીએ વળગાડી રીતસરનું ધાવણ ધવડાવવા માંડે છે. કુદરતે જાણે કે આ બાળક એના માટે જ સર્જ્યું હોય એમ એનામાં માતૃત્વનું ધાવણ પૂરી દેશે. પેટની ભૂખ મટતા અને માનો હેતાળ હાથ માથે ફરતા વાત્સલ્યનો અવિરત અને અમાપ પ્રેમ, મમતા મળતા જ બાળક આનંદથી ઝૂમી ઉઠે છે. આકાશમાં વાદળો સાથે સંતાકૂકડી રમતા ચાંદાને જોઈ કિલ્લોલ કરવા લાગે છે.

જ્યારે બીજી બાજુ એક ખૂણામાં છાનીમાની સંતાયેલી અને પોતાની એક ભૂલને કારણે બાળકને જન્મ આપનારી કુંવારી મા ચોધાર આંસુએ રડતી આ દ્રશ્ય જોઈ રહી હોય છે. મમતા ભીની આંખે આ દ્રશ્ય જોતી રહે છે અને ચૂપચાપ ઊભી થઈ પોતાનું બાળક હવે દુઃખી નહીં થાય એવી ધારણા બાંધી; રડતી રડતી રસ્તે ચાલવા માંડે છે. એક બાજુ આનંદ ઉલ્લાસ છે અને બીજી બાજુ સમાજના ડરથી વહાલસોયા બાળકને તરછોડ્યાનું અપાર દુઃખ....

5
સાઈ નાસ્તા હાઉસ

ઑફિસના ટેબલ ઉપર પડેલો મારો ફોન એકાએક રણકી ઊઠ્યો.

"આજે ઘરે થોડા વહેલા આવી જજો, બહાર જમવા જવાનું છે."

મેં કહ્યું "વાંધો નહીં પણ હું થોડો મોડો પડીશ કેમ કે ઑફિસમાં આજે થોડું વધુ કામ છે."

"ઓકે. વાંધો નહીં જેમ બને એમ જલદી કરજો." આટલું કહી મારી પત્નીએ ફોન કટ કર્યો.

મેં ઑફિસની ઘડિયાળ પર નજર નાખી તો હજુ સાત વાગવાને ઘણીવાર હતી. ફટાફટ હું મારું કામ પૂરું કરવા લાગ્યો. જલદી કામ પૂરું થશે તો વહેલો નીકળી જઈશ એવું મનોમન વિચારવા લાગ્યો. બરોબર ૬: 30 વાગ્યે મારું બધું કામ પૂરું થયું. ને તરત જ ઘરે જવા નીકળ્યો. ગાડી ચાલુ કરતા કરતા મેં ઘરે ફોન કર્યો "તું તૈયાર રહેજે, હું ઑફિસથી નીકળી ગયો છું."ઘરે પહોંચતાની સાથે જ એની એ માથાકૂટ ચાલુ થઈ કે શું જમવા જઈશું ? અને અંતે છેલ્લે એ નક્કી થયું "પંજાબી કુલચા" ખાવા જવું છે.

"સાંભળો છો ? આપણી બાજુમાં જ હમણાં થોડાં સમય પહેલાં જ એક સરસ પંજાબી હોટલ ખુલ્લી છે. ત્યાં જમવા જઈશું."

મેં કહ્યું "સારું.... પણ આપણી બાજુમાં તો એક પણ પંજાબી હોટલ નથી. હમણાં થોડાં દિવસોમાં ખુલ્લી હોય તો ખબર નહીં, ચાલ ત્યારે ત્યાં જઈશું. મને બતાવજે."

"તો જલદી કરો બહુ ભૂખ લાગી છે."

મારા ય પેટમાં ઉંદર કૂદી રહ્યા હતા. અમે બંને હોટલે પહોંચ્યા. અચાનક જ મારા મનના વિચારો દોડવા લાગ્યા. મેં કહ્યું "આ હોટલે તો હું ઑફિસના મિત્રો સાથે કોરોના પહેલાં ઘણીવાર જમવા આવ્યો છું, અહીં પેલા "સાંઈ નાસ્તા હાઉસ"

નામની હોટલ હતી. ચાર સભ્યોનો મરાઠી પરિવાર આ હોટલને સંભાળતો હતો. જે ઘણા સમયથી અહીં જ રહેતાં હતાં. એક કાકા - કાકી અને તેમના બે દીકરા આ હોટલને સંભાળતા. ઘણીવાર અમારી પાસે પૈસા ન હોય તો પૈસા વગર પણ જમવાનું પીરસી આપતા."

"હશે ચાલો, હવે અત્યારે જમવાનું મંગાવો મને બહુ ભૂખ લાગી છે."

ઓર્ડરનું અંગ્રેજી મેનું મારા હાથમાં લઈ મેં વેઈટરને સાદ પાડ્યો "ભાઈ ઓર્ડર લઈ લેજો."

"જી સાહેબ બોલો."

"ભાઈ એક આલુ ગોબી કૂલચા અને એક ચીજ સાથે સ્પેશ્યલ આલુ ગોબી કુલચા બનાવી આપો. અને હા ભાઈ અહીં પહેલાં "સાંઈ નાસ્તા હાઉસ" કરી જે હોટલ હતી એનું શું થયું ?"

"એ તો.... સાહેબ થોડાં સમય પહેલાં જ બંધ થઈ ગઈ અને આ પંજાબી હોટેલ ચાલુ કરી."

"વાંધો નહીં. જલદીથી મારો ઓર્ડર બનાવી આપો." ભૂખ ભરેલા આવાજ સાથે હું બોલ્યો.

"જી સાહેબ..."

લગભગ દસ મિનિટ પછી અમારો ઓર્ડર તૈયાર થઈને આવ્યો. અમે બંનેએ શાંતિથી જમવાનું પૂરું કર્યું અને મારી આદત અનુસાર હું થાળી ધોવાની જગ્યા પર થાળી મૂકવા ગયો. ત્યાં મારી નજર એક સ્ત્રી ઉપર પડી. મારી નજરને પણ વિશ્વાસ ન આવ્યો એ સ્ત્રી એ જ હતી જે પોતાના પતિ સાથે અને પોતાના બે બાળકો સાથે "સાંઈ નાસ્તા હાઉસ"ની હોટલને સંભાળતી હતી. હાલમાં જે એક પછી એક થાળી ધોય રહી હતી. કરચલી ભરેલા હાથ જાણે પોતાનું દુઃખ ધોઈ રહ્યાં હોય એવું લાગતું હતું. મેં થોડું નજીક જઈને પૂછ્યું "કાકી ઓળખો છો...? તમે અહીં અને આ કામ કરો છો ?"

આંખોમાં ચારેય બાજુ કાળાં કૂંડાળાં પડી ગયાં હતાં. આંખોના ખૂણાનાં ભાગમાં જાણે આંસુનો દરિયો ભરીને બેઠીલી એ સ્ત્રીએ મારી તરફ મોઢું ફેરવીને જોયું અને હળવેથી બોલી. "અરે સાહેબ તમે હજુ સુધી અહીં જ છો ? કંપની બદલાવી નહીં ? તમારા મિત્રો દેખાતાં નથી એ બધાએ કંપની બદલાવી કે શું ?"

મેં કહ્યું "ના. કેમ કે હવે હું મારી પત્ની સાથે અહીં જ રહું છું અને ઘર પણ પોતાનું લઈ લીધું છે એટલે હવે કંપની બદલાવીને પુને કે બેંગ્લોર જવાની જરૂર નથી. કોરોનાની શરૂઆત થતાં જ અમે બધા ઘરે જતા રહ્યા હતા અને ઘરેથી જ કામ કરતા. મારા ઘણા બધા મિત્રોએ અત્યારે કંપની બદલી નાખી છે, મેં બદલાવી નથી. પણ તમે કેમ અહીં આવું કામ કરો છો, તમારી તો પોતાની જ

હોટલ હતી ને ?"

દર્દ ભરેલો અવાજ સાથે એ સ્ત્રી બોલી "હા સાહેબ ! પણ કોરોના સમયે બંધ કરવી પડી. અને હવે હોટલ સંભાળે તેવું કોઈ રહ્યું નથી. માથે ઘણું બધું દેવું વધી ગયું તો કાકાએ અમને કોઈને પણ જાણ ના થાય એમ આત્મહત્યા કરી લીધી હતી. બંને દીકરા ક્યાં સાથે રહે છે. એક દીકરો તો દેવું કરી ઘર છોડી પહેલાં જ જતો રહ્યો હતો. એક દીકરો લગ્ન કરી તેની પત્ની સાથે રહેવા લાગ્યો, અને છેલ્લે વધી હું એક તો મને આ જગ્યા છોડવાનું મન થતું નથી. કારણ કે એમણે આ જગ્યાને પોતાની બનાવી હતી. હોટેલના બચતા ભાગમાંથી બંને છોકરાઓને ભણાવ્યા હતા. અને અમારો ઘર સંસાર ચલાવતા હતા. હવે સાથે કોઈ નથી તો અહીં જ કામ કરું છું અને રહું છું. જે પૈસા મળે એમાંથી પોતાનું ગુજરાન ચલાવું છું."

મને સાંભળીને ઘણું દુઃખ થયું. અને તરત જ મેં મારા હાથ ધોઈ પાકીટમાંથી ૫૦૦ની નોટ કાઢી કહ્યું "હું ઘણીવાર તમારી હોટલે જમ્યો છું. ઘણીવાર મારી પાસે પૈસા નહોતા ત્યારે મને વગર પૈસે પણ જમાડ્યું છે. મહેરબાની કરીને આ પૈસા લઈ લ્યો. જે થવાનું હતું એ તો થઈ ગયું પણ હવે તમે તમારું ધ્યાન રાખજો અને કોઈ પણ વસ્તુની જરૂર પડે તો હું અહીં બાજુના જ કોમ્પ્લેક્સમાં રહું છું. આ મારો ફોન નંબર તમને લખીને આપું છું. મને ફોન કરીને જણાવશો."

આંખોમાં આંસુ હોવા છતાં પણ એ સ્ત્રીએ એક પણ આંસુ પડવા દીધું નહીં અને દુઃખ ભર્યાં સ્મિત સાથે મારી સામે જોતાં રહ્યાં. પોતે દુઃખનો દરિયો પાર કરીને પણ જીવી રહ્યાં છે.

મારી પત્નીને બાજુમાં બોલાવી વૃદ્ધ કાકીનો પરિચય કરાવ્યો.

અંતે કહ્યું હું નીકળું છું,તમે તમારું ધ્યાન રાખજો, જ્યારે તમને અહીં ના ફાવે ત્યારે મારા ઘરે આવતા રહેજો આપણે સાથે જીવી લઈશું.

6
બલિદાન

મા શબ્દ બોલતા જ મનમાં અને હૃદયમાં માની છબિ પ્રગટ થઈ જાય. જ્યારે એક મા વિહોણા બાળકને તેની મા યાદ આવતી હોય ત્યારે તેના મનમાં પ્રગટ થઈને લાગણી કંઈક આવી હોય.

જો તો એ હુંફાળા હાથની મમતા જ્યારે તું જમવાનનુ પીરસથી મને મારી મા યાદ આવતી.

જોતો હું એ નિસ્વાર્થ ભાવે તારી સંભાળ લેવાની કાળજી મને મારી મા યાદ આવતી.

તું કહેતી એ અમૃત સમાન વાણીથી મને મારો દીકરો મને મારી મા યાદ આવતી.

મળતો તો જ્યારે તને હું તું આવતી એ પ્રેમ હાથે આશીર્વાદ મને મારી મા યાદ આવતી.

જોતો એ દયાળુ હાથને જે તું ફેરવતી મૂંગા પશુ પર મને મારી મા યાદ આવતી.

આજનો દિવસ કંઈક અલગ અને નવી પ્રેરણા લઈને ઉગ્યો હોય એવું લાગતું હતું. મનમાં ઘણી બધી ગળમથલ ચાલતી હતી. થોડો આરામ લેવા માટે થયું કે બગીચે જઈને ટાઢક અનુભવી, મનને શાંત કરી નાખું. જિંદગીની ભાગદોડમાં જ્યારે થાકુંને ત્યારે શાંતિ માટે માતાનો ખોળો અને પ્રકૃતિનો ખોળો વધુ આરામદાયક લાગે છે !

આજે સોમવાર છે એનો મતલબ કે આજે આખું ગાર્ડન ખાલી હશે. જગ્યા શોધ્યા પછી બધો સરસામાન બહાર કાઢી અને મારા બધા જ પ્રકારના વિચારોને શાંત રાખી વિચારવા લાગ્યો કે આજનો દિવસ તો મારા માટે સારો ચાલી રહ્યો છે !

એવામાં મારી નજર દૂરથી આવતા ત્રણ વ્યક્તિ તરફ પડી. એક સ્ત્રી, પુરુષ અને એક 27 વર્ષનો જુવાન છોકરો નજરે પડી રહ્યા હતા. એ લોકો પણ હું જ્યાં આવીને બેઠો હતો ત્યાંથી થોડેક દૂર મારી નજર સામે આગળના ભાગમાં આવીને બેસી ગયા; પોતપોતાની વાત ચાલુ કરી.

સ્ત્રી (તેના પતિને) : "સાંભળો છો ? જ્યારે હું આ દુનિયામાં ના રહું ત્યારે તમે તમારું અને આપણા લાલાનું ધ્યાન રાખજો અને તેની પત્ની સાથે પણ સારો વ્યવહાર રાખજો."

"તું ચિંતા ના કરીશ ઉપરવાળો બધું સારું કરી દેશે. મહેરબાની કરીને આવું ના બોલીશ."

"હા પણ મને તમારી ચિંતા થયા કરે છે. આમ તો હું રહી આંખે આંધળી, મારાથી થાય તે કામ તમને કરી આપું છું. મારું બધું કામ તો તમે પણ કરી આપો છો. આપણા લાલાને એક માનો પ્રેમ પણ આપો છો."

આ શબ્દો મારા કાને પડતા મને આશ્ચર્ય થયું ! તેમની સામે જોવા પ્રેરિત થઈ ગયો. જોયું તો એ પોતે બંને આંખે આંધળાં હતાં. એની બંને આંખો કાઢી નાખવામાં આવેલી હોય એવું લાગતું હતું. તેમની મમતા આંખો વગરની આંખોમાંથી પણ છલકતી હતી, દીકરા પ્રત્યેનો પ્રેમ વરસાવી રહી હતી.

ત્યાં તેના દીકરાને ફોન આવતા તે તેમનાથી દૂર જતો રહ્યો અને મને પૂછવાનો મોકો મળી ગયો. મેં તેમની નજીક જઈને પૂછી નાખ્યું.

"તમને વાંધો ના હોય તો એક સવાલ પૂછી શકું ? તમારી વાઈફને આંખોમાં શું થયું હતું ?" હું આ સવાલનો જવાબ સાંભળવા માટે ખૂબ આતુર બન્યો. સવાલ કરીને મેં તેમના દિલને ખેંચતો નથી પહોંચાડીને એવો પ્રશ્ન મનમાં આવીને જતો રહ્યો.

"પેલો જે અમને પ્રેમ અને હૂંફ આપવાને બદલે અમારાથી દૂર જઈને તેની પત્ની જોડે વાતો કરી રહ્યો છે એ અમારો દીકરો છે. આજે તે એક સારી પોસ્ટ પર નોકરી કરી રહ્યો છે પણ અમારી માટે તેને જરાય પ્રેમ કે સમય નથી."

હું સ્વસ્થ થઈ તેમની વાત આતુરતાપૂર્વક સાંભળવા લાગ્યો.

વાત આગળ વધારતા : "અને આ દીકરો આજે જે કંઈ પણ કરે છે કે કોઈ નવું કામ હાથમાં લે છે તો અમારી પહેલાં તેની પત્નીને પૂછીને કાર્ય કરે છે. અમને નકારી કાઢે છે. અમારો પ્રેમ એક તુચ્છ વસ્તુ સમાન ગણે છે અને હા આજે તે આ દુનિયાને જોઈ રહ્યો છે એ માત્રને માત્ર તેની માનાં કારણે જોઈ રહ્યો છે."

મારી નજર તેની મા ઉપર પડી. તેઓ પણ આ વાત એકચિત્તે સાંભળી રહ્યાં હતાં. તેમની આંખો વગરની આંખોમાંથી પણ આંસુ પડતાં જોઈ મારી આંખોના ચારેય ખૂણા ભરાઈ ગયા !

"એક દિવસ ક્રિકેટ રમતા-રમતા તેની આંખોમાં કંઈક પડી ગયેલું અને અમે બધી જ હૉસ્પિટલો અને બધાં જ પ્રકારના ડૉક્ટરોને આંખોની સારવાર માટે દેખાડ્યું, ઘણી માનતાઓ રાખી તેમ છતાં તેની આંખોની રોશની પાછી આવી નહીં. ડૉક્ટરોએ કહી દીધું કે, 'હવે તમારો દીકરો આજીવન જોઈ નહીં શકે.' પણ અમે હિંમત ના હાર્યા અને ડૉક્ટરને પૂછ્યું કે, 'કાંઈક તો રસ્તો કાંઢી આપો.' ત્યારે ડૉક્ટરે કહ્યું કે 'કોઈ વ્યક્તિ તેની આંખોનું દાન કરી આપે તો અમે સર્જરી દ્વારા તે આંખો ફિટ કરી તમારા દીકરાને દ્રષ્ટિ આપી શકીએ. તમે ઘરે જઈ અને વિચારીને જવાબ આપજો.'

"અને ત્યાર પછી અમે ઘરે આવ્યા અને એક નિર્ણય લીધો. એ નિર્ણય એની માનો હતો. લાલાની મા તેની બંને આંખો દાન કરવા માટે તૈયાર થઈ ગઈ. અને ત્યારે એ બોલી હતી કે 'હું મારા જીવતા જીવ મારા દીકરાને મારી આંખો આપીશ, મારો દીકરો મારી આંખોથી તેની દુનિયા જોશે, તે પોતાના સપનાં સાકાર કરશે અને આપણી સાથે રહી આપણો સહારો બનશે.' એને ખ્યાલ ન હતો કે અત્યારે શું બની રહ્યું છે અને અત્યારે જોઈ પણ નથી શકતી કે અત્યારે એનો લાલો શું કરી રહ્યો છે !"

એમની વાતો તેમની પત્ની સાંભળી રહ્યાં હતાં. અને એની આંખો વગરની આંખોમાંથી મમતા છલકાવી રહ્યાં હોય એવું લાગતું હતું. મારું શરીર જકડાવા લાગ્યું અને હું સ્વસ્થ થયો. મોઢામાંથી માત્ર થોડા શબ્દો નીકળ્યા.

"જી અંકલ માફ કરજો." વાત કરતા ઘણો સમય વીતી ગયો છે મારે નીકળવું પડશે. એમનો દિલથી આભાર વ્યકત કરી હું ઘરે જવા નીકળી પડ્યો. મનમાં ઊઠી રહેલા અનેક સવાલોના જવાબો મારી પાસે નહોતા.

7
દર્શન

સૂર્ય દાદા પોતાનો પ્રકાશ પાથરી ચૂક્યા હતા. સવારના આઠ વાગવામાં પંદર મિનિટની વાર હતી. મનમાં વિચારોના વમળ ફરી રહ્યા હતા. બસ પંદર મિનિટની રાહ જોવાની છે પછી દ્વારકા વાળી બસ આવતી જ હશે. મનમાં વિચાર આવીને જતો રહ્યો. મારી દરરોજની આદત પ્રમાણે મારો સામાન ફરી ફરી ચેક કરી રહ્યો હતો. કેમ કે મુસાફરી દરમિયાન સામાન ભૂલવાની આદત છૂટી ન હતી.

જેમ જેમ સમય પસાર થતો હતો તેમ તેમ મારી તાલાવેલી પણ વધતી હતી. જલદી દ્વારકા પહોંચી પહેલાં દ્વારકાનાં નાથના દર્શન કરી દરિયાકાંઠે જઈ થોડી ટાઢક અનુભવી આનંદ માણીશ. દરિયો બહુ ગમે એનાં કારણો તો ઘણાં છે પણ મૂળ કારણ એની શાંતિ છે ! આમ તો એનું કામ ઘૂઘવતાં રહેવાનું છે પણ એનામાં સમાયેલો નીરવ અને શાંતિપ્રિય અવાજ મને અનહદ વહાલો લાગે.

અચાનક મારી નજર આવનારી બસ પર પડી. ત્યાં મારી આતુરતાનો અંત આવ્યો. ફટાફટ મારો સામાન લઈ હું બસમાં બેઠો. આઠ વાગ્યે મારી બસ ઉપડી અને હું મારા આદત અનુસાર પુસ્તક કાઢીને વાંચવા માંડ્યો. રસ્તે આવતાં જતાં માણસોને જોતાં જોતાં વિચારો આવતાં હતાં કે, ભગવાને દુનિયા બનાવી એની સાથે સ્થળો બનાવ્યાં અને સાથે જોડાવા માટે મુસાફરો બનાવ્યાં. કોણ જાણે ક્યારે ક્યો મુસાફર તમને તમારી જિંદગીમાં ક્યો પાઠ ભણાવી જાય એ જાણવું બહુ જરૂરી છે. જિંદગીમાં આવતો હરેક મુસાફર કાંઈક ને કાંઈક શીખાડી જાય છે.

જેમ જેમ સમય પસાર થયો તેમ તેમ મને મૂંઝવણ મહેસૂસ થવા લાગી. થયું બહારનો નજારો જોઈ લઉં. પવનની લહેરથી, ટાઢક ભરી હવાએ મને થોડો આરામ આપ્યો. થોડો સ્વસ્થ થયો અને બહારની બધી વસ્તુઓને પાછો નિહાળવા લાગ્યો. ત્યાં અચાનક કાને અવાજ સંભળાયો "દ્વારકાવાળા આગળ

આવી જજો બસસ્ટેન્ડ આવે છે."

મને લાગ્યું હવે આપણું ઠેકાણું આવી ગયું. હું બધો સામાન ઉપાડી મારી સીટ પાસેથી દરવાજા તરફ જવા લાગ્યો. કંડક્ટર બોલ્યા "દ્વારકા મંદિર તરફ જવાવાળા લોકો ઊતરી જજો." મેં બસ નીચે ઊતરી મંદિર તરફ જવા પ્રયાણ કર્યું. આજુબાજુનો નજારો જોવા લાગ્યો. મારી નજરે ઘણી બધી વસ્તુ જોઈ. જોતા જોતા આગળ ચાલવા લાગ્યો. ચારેબાજુ ભક્તિમય વાતાવરણને લીધે મનમાં ભક્તિના ઉમળકા ઉઠતા હતા. ધીરે ધીરે મેં મારી વાટ લીધી ને આગળ ચાલવા લાગ્યો. ધીરે ધીરે મારા પગ અને હું બને આગળ વધતા વધતા આજુબાજુની એક ગલીમાં ચાલવા લાગ્યા... ત્યાં મારી નજર એક જર્જરિત મકાનમાં પડી. એક જ દરવાજો હોવાથી અંદર જવું સહેલું હતું. બારીઓ બધી તૂટી ગયેલ, ચારેય ખૂણે કરોળિયાં ફરી રહ્યાં હતાં. વસ્તુની જગ્યા કચરાએ લઈ લીધી હોય તેમ લાગતું હતું. ગંધાતાં ખૂણાઓની વાસ અસહ્ય હતી. તો પણ.... કેમ જાણે એક પ્રકાશે મારી નજર એનાં તરફ કેન્દ્રિત કરી રહી હતી. ઓરડાની પાસે આવી હું સઘળું નિહાળી રહ્યો હતો ત્યાં ઓરડાની અંદરના ભાગમાંથી અવાજ આવ્યો.

"કોણ હૈ, બચ્ચા અંદર આ જાવ."

મારી નજર એકીટશે એ વ્યક્તિ સામે જોઈ રહી. એ માણસે મેલોઘેલો ઝભ્ભો અને નીચે ધોતિયું પહેરીયું હતું. ચહેરા પર દાઢીના સફેદ વાળ બહુ હોવાથી કરચલી છુપાઈ ગઈ હતી. ઉંમરની જાણ કરવી અઘરી હતી. મારી નજર જાણે એ વ્યક્તિને જોઈ ઘણું બધું જાણવા ઉત્સુકતા દર્શાવતી હતી.

"જી મહારાજ... અંદર આ જાવું ?"

"આ જાવ બચ્ચા ક્યાં ચાહીયે ?"

મારી નજર ચારેકોર ફરી રહી હતી, દીવાલો પર ભગવાનના ફોટા ચિપકાવેલા હતાં, ઘણી છબિઓ ખીલીનો આધાર લઈને લટકી રહી હતી પણ ક્યારે ખરી પડે તેનું અનુમાન લગાવવું અશક્ય હતું. માણસને જીવવા માટે દોલત, મકાન અને રોટી આ ત્રણેય વસ્તુની જરૂર પ્રાપ્ય હોવા છતાં પણ તે હંમેશાં જિંદગીની ભાગદોડમાં ભમ્યાં કરે છે, જ્યારે મહારાજની સ્થિતિને જોતા એવું લાગ્યું કે, અહીં ખાસ કશું નથી. તૂટેલા એક પલંગમાં તેની આરામદાય પથારી, ઉપર તૂટેલી ફૂટેલી છત અને ઓઢવા માટે ફાટેલું ગોદડું.... છતાં મહારાજના ચહેરા પર 'ભગવાનને આપ્યું છે તે ઘણું છે !' એવું જણાતું હતું.

"મહારાજ આપ કહા સે હો... ?"

"બચ્ચા મેં તો બહુ દૂર છે હૂ. ભગવાન કાં ભજન કરને કે લિયે આયા હું ઔર ભગવાન કાં ભજન કરતે કરતે અપના જીવન વ્યતીત કરતા હૂ. હરિ કાં ઠિકાના હો ઔર હરિ કે ઠીકાને મેં અપના ઘર હો તો ફિર ક્યા ચાહિયે?"

દીવાલની ભીંતે એક ગોખલો ખૂબ પ્રકાશમય લાગી રહ્યો હતો. મારી નજર વરી વરીને ત્યાં જ પડી રહી હતી. તેમાં તેલનો દીવો પ્રગટાવેલો હતો. ગોખલાની અંદર પીતળની ઠાકોરજીની મૂર્તિ પધરાવેલી હતી. તેલના દીવાથી આખુંય મકાન પ્રકાશિત થઈ રહ્યું હતું.

"મહારાજ આપ એસી હાલત મેં ક્યું રહેતે હો ?"

"બેટા મેં એક પૂજારી હૂ. મંદિર કે અંદર મેં નિત્ય કર્મ પૂજા-પાઠ કરને જાતા થા, કૃષ્ણ કે મનમોહન દર્શન સે મેરા મન, વિચાર દોનો શાંત હો જાતે હૈ ! જબ ભી મેં દર્શન કર લેતા ઓર મેરી નિત્ય પૂજા કર લેતા થા. મુજે સબ કુછ મિલ જાતા થા. એક દિન એસા હુવા કે મુજે મંદિર કી અંદર ધક્કે માર માર કર નિકાલ દિયા ગયા. યહાં કે રહેને વાલેં પિંડતોને મુજે નહીં અપનાયા, મેને વિનંતી કર બોલા મેં એક પુજારી હૂ મુજે બહાર સે પૂજા કરને કાં અધિકાર હૈ, મુજે મંદિર કે અંદર સે પૂજા નહીં કરની હૈ, કૃપા કરકે મુજે પૂજા કરને દીજયે. પર મેરા પ્રયાસ નિષ્ફળ રહા. ઓર યહાં મેં દેખ રહા હૂ કી બહોત સારે પંડિત, પંડિત હોને કાં ઢોંગ કરકે લોગો કો લૂંટતે રહેતે હૈ પર મેને અપને મન કો મક્કમ કરકે મના લીયા. યદી મુજે કૃષ્ણ કી પૂજા કરની હૈ તો મંદિર કી ક્યા આવશ્યકતા 'સબ ભૂમિ ગોપાલ કી' એસા મનમેં નિશ્ચયકર કૃષ્ણ કી ભૂમિ દ્વારકા મેરા મંદિર હૈ એસા સોચ કે ઉસકી પૂજા કર લેતાં હૂ."

"જી... મહારાજ" સહી કહાં આપને."

મારી નજર એક જગ્યાએ ચોંટી ગઈ હતી. જીવનમાં દર્શનનો મહિમા ઘણો રહેલો છે, જ્યારે પણ ભગવાનના દર્શન કરીએ છીએ અંદરનો આત્મા શાંત થતો હોય છે. એવો જ અનુભવ મને ગોખલામાં બેઠેલા શ્રીકૃષ્ણની મૂર્તિના દર્શન કરીને થઈ રહ્યો હતો. દિવાના પ્રકાશથી આખું મકાન પ્રકાશિત થતું હતું પણ સાથે સાથે મારી અંદર રહેલો અંધકાર દૂર થતો હતો. "અચ્છા મહારાજ મેં ચલતા હું સબ ભૂમિ ગોપાલ કી જય શ્રી કૃષ્ણ."

મેં મંદિર તરફ જવાની વાટ પકડી. રસ્તો ટૂંકો હોવા છતાં પણ લાંબો લાગી રહ્યો હતો. ચાલતા-ચાલતા ઘણા પ્રશ્નો મનમાં ઊઠી રહ્યા હતા. એક સાથે એ બધા જ પ્રશ્નોને સહજ રીતે ભૂસી નાખી આગળ વધવા લાગ્યો.

8
રૂપલી

રાયપુરના જંગલ સામે પથરાયેલો દરિયો જાણે હમણાં બહાર નિકળી જશે એવું લાગી રહ્યું હતું. દરિયા પર વચ્ચેના ભાગમાં બીલોર નામનો નાનો ટાપુ આવેલો છે. જેમાં ઘણા બધા નાના મોટા મંદિરો આવેલાં છે. મોટાભાગના મંદિર ખડકોના પથ્થરથી બનેલા છે. ઘણા સમયથી તાલાવેલી લાગેલી અને જોવાનો ઉમળકો જાગ્યો એટલે રજાના દિવસોમાં અહીં આવ્યો. આમતો મારું સદભાગ્ય કે બાળપણથી જ રાયપુરનો દરિયો મારી નજીક રહ્યો છે, એટલે રજાના થોડા દિવસો બાકી રહે તો અહીં પસાર કરવા આવતો રહેતો.મનમાં ઊઠેલા ઉમળકાને શાંત કરવા સવારે દરિયા કિનારે જતો રહ્યો અને મનમાં ઉછળતા વિચારોને શાંત કરી હું કિનારે કિનારે આગળ આગળ વધી રહ્યો હતો. ચાલતા ચાલતા થોડે દૂર નાવિકોની નાવની શૃંખલા પથરાયેલી હતી ત્યાં પહોંચ્યો. બપોરનો સમય નાવિકોનો જમવાનો અને આરામનો સમય હતો. એટલે બહાર કોઈ જાગતું ન હતું. અચાનક મારી નજર એક તાળ અને વાસથી બનેલી ઝૂંપડી ઉપર પડી. હું એ તરફ આગળ વધ્યો.

બધું શાંત થવા લાગ્યું હતું. હું એકીટશે માત્રને માત્ર ઝૂંપડીની સામે જોતો રહ્યો....

"એ રૂપાની મા મને જમવા આલી દે.... પછી હું થોડો લાંબો થાવ..."

અંદરથી અવાજ આવ્યો. "એ આલુ છું. આ રૂપલી ક્યાં મરી ગઈ ? તારા બાપુને જમવા આલી દે."

"એ આવી... માળી..... તાલિયા (નાળિયેર ના લાકડા) લેવા ગઈ'તી. ભારો બાંધી લીધો છે હમણાં ઝપાટો કરી આવી, હેઠો મૂકીને આવું છું."

રૂપાનું રૂપ જાણે પડછાયાને પણ રૂપ આપતું હોય તેવું લાગી રહ્યું હતું ! હું ઉતાવળા પગે ઝૂંપડીની અંદર પ્રવેશ્યો અને ધીરેથી બોલ્યો. "ભાઈ હું નજીકના

ગામમાંથી આવ્યો છું. બિલોર ટાપુએ જવું છે અને માતાના મંદિરના દર્શન કરવા છે. તમે નાવ લઈને આવો તો સારું.... થતાં પૈસા આપી દઈશ."

"બાપલા, અત્યારે બધા જ નાવિકો જમવા ગયા હશે અને હું પણ જમવા બેહું છું, અતારે ન આવીયે, બાપલા.... અતારે બપોરનું ટાણું અમારા માટે આરામ કરવાનું ટાણું હોય. તમે બીજા કોઈને જઈને પૂછો."

ત્યાં અચાનક તેની પત્નીનો અવાજ આવ્યો. "એક આંટો જ મારોવો હે. મારી આવોને બિચારા દૂરથી આયા લાગે..."

“તું મૂંગી મર ને ! મારા હાથમાં વાગ્યું છે, મારાથી હલેસા પણ નહીં લાગે."

ત્યાં જ એક અદ્ભુત અવાજ આવ્યો. “ઓ... બાપુ તમને કાંઈ વાંધો ના હોય તો હું જઈ આવું. મારે દર્શન કરવાની માનતા હે, માતાને નાળિયેર વધેરવું હે, માનતા પણ પૂરી થઈ જાય અને સાહેબને દર્શન થઈ જાય."

“ભલે હો પણ જોજે હો ક્યાં જવાનું હે !"

રૂપલી “વાંધો નહીં બાપુ તમારું હીખવાડેલું એડે નહીં જવા દવ."

"ભલે પણ સાંજ થતાં વેલી આવી જજે."

"હો...બાપુ."

“સાહેબ... હાલો તારે હવે વધારે મોડું થાહે.”

હું અને રૂપા બેઉ નાવ પાસે પહોંચ્યાં. રૂપાએ નાળા વળે નાવને દરિયામાં પ્રસરાવી.

“હાલો સાહેબ.... મૂંગા મૂંગા કેમ રયો છો કે પછી તમે મૂંગા છો ?” રૂપા હસતા હસતા બોલી.

હું જવાબમાં કશું બોલી ના શક્યો. અને કહ્યું. "હાલો આપણે ટાણે પહોંચવાનું છે."

"હો.... સાહેબ ! પહોંચાડી દઈશ શાંતથી બેહી જાવ."

હું ચૂપ થઈને બેસી રહ્યો અને રૂપાએ નાવ ચલાવાની શરૂઆત કરી. નાવ અને હું દરિયાની ઉપરની સપાટી પર હતાં પણ એ પાણીના હલેસા મારા મનને હલેસા લગાવતા હોય એવું લાગતું હતું. ભૂરા પાણીનો પ્રવાહ અને રૂપલીની ભૂરી આંખો મારું ધ્યાન કેન્દ્રિત કરી રહી હતી.

“સાહેબ.... હમણાં આવી જાહે..... હો.... થોડો વિહામો લઈ લો.”

મને એનાં બોલેલા બધા જ શબ્દો મારા માટે મરજીવો પોતાના મોતીને જાણે દરિયામાંથી વીણીને આપતો હોય એવું લાગતું હતું. મારો થાક જાણે પ્રસરી ગયો હોય એવો અનુભવ થયો હતો. હું થોડા સમય માટે હોડી આગળના ભાગ પર હાથ રાખ્યો અને આરામની સ્થિતિમાં બેસી ગયો.

સમયસર અમે ટાપુ પર પહોંચી નાવને કિનારે ગોઠવી. ત્યાં રૂપલી બોલી.

"હાલો સાહેબ આપણું થાનક આવી ગયું છે. હાલવા માંડો પછી આપણે વળતા ઘરે મોડા પડહું તો બાપુ રાડો પાડશે અને મને વઢશે."

અમે બંને ચાલવા લાગ્યા. અમારી સાથે સાથે સમય પણ ચાલવા લાગ્યો પણ આ કાળમુખો સમય મારી એક પણ વાત સાંભળવા તૈયાર નહોતો. રૂપલીએ તેની ઘરેથી લીધેલી નારીયેળની જોડ હાથમાં લઈ મારી સાથે-સાથે ચાલવા લાગી. અમે બંને મંદિરના દરવાજે પહોંચ્યાં અને તેને માતાને નાળિયેળ પધરાવી માનાં આશીર્વાદ લઈ મને પ્રસાદ આપતાં બોલી.

"આ લ્યો સાહેબ ! પ્રસાદ તમારી બધી મનોકામના માતા પૂરી કરે એવી મા પાસે પ્રાર્થના હો !"

અમે બેઉ દર્શન કરી મંદિરની બહાર નીકળ્યાં.

"સાહેબ.... સાહેબ.... થોડે દૂર નજીકમાં જ એક બીજું નાનું મંદિર છે. જે ખડકોથી બનેલું છે. જ્યાં શંકર ભગવાન બિરાજમાન છે. ચાલો જતા આવીએ, મારી માવડી મને કહેતી કે જેના દર્શન કરવાથી બધી મનોકામના પૂર્ણ થાય છે."

હું બોલ્યો "હાલો હાલો.... જતાં જ આવીએ..."

દર્શન કરીને પાછા ફર્યા. કિનારે આવી મને થવા લાગ્યું તે જાણે કોઈ રણમાં ભટકેલો તરસ્યા માણસની તરસ સંતોષાઈ ગઈ હોય, યોદ્ધા રાજ્ય જીતી ગયો હોય, બાળકને તેની માની મમતા મળી ગઈ હોય એવું મને થયું.

"હાલો સાહેબ હવે પાછા ફરશું બાકી આ સૂરજ હમણાં ઢળી જાહે."

મેં કહ્યું "ચાલો, સાચી વાત છે આપણે વહેલા સમયસર નીકળી જઈએ."

મનમાં વિચારવા લાગ્યો કે રૂપલી આ દિવસની દેન દેવા બદલ તારો ખૂબ ખૂબ આભાર.

ત્યાં રૂપલી બોલી: "હાલો હાલો સાહેબ કિનારે હેંડો. જલદી કિનારે પહોંચી નાવને દરિયામાં નાખું."

નાવમાં બેસતા સાથે જ મેં કહ્યું : "તમેં લોકો એક જ સ્થળે વસવાટ કરો છો કે પછી અલગ અલગ જગ્યાએ ફર્યા કરો છો?"

"અરે હા સાહેબ ! અમે પણ વણઝારાની જેમ એક જગાથી બીજી જગાએ ધંધો કરવા જાયે....."

"ઠીક ત્યારે...."

સમયની સાથે અમારી નાવ પણ દરિયાની સપાટી ઉપર ચાલવા લાગી અને અમે બંને સમયસર રૂપલીના નિવાસ્થાને પહોંચી ગયા. બાપુ અને તેની મા રાહ જોઈને ઊભા હતાં.

"શાબાશ બેટા ! આજે તો તે ચમત્કાર કરી દીધો હો. ને સાહેબનો સમય પણ સાચવી દીધો."

રૂપલીની મા આવી અને બોલી : "હાલ હાલ ઘણું બધું કામ પડ્યું છે."

મેં કહ્યું "ચાલો, હવે મને રજા આપો. ક્યારેક પાછું જો આ બાજું આવવાનું થશે તો અચૂક તમને લોકોને મળતો રહીશ અને નાવની સવારી ફરીથી કરીશ."

હાથમાં પૈસા મૂકી હું ઘર તરફ નીકળી ગયો. ઘરે આવીને થોડો આરામ કર્યો પણ શરીરને આરામ આજે હરામ લાગી રહ્યો હતો. જાણે કશુંક ખૂટી રહ્યું છે, કશુંક છૂટી રહ્યું છે. રૂપલી સાથેની એ મુલાકાત મારા માટે કંઈક અલગ જ પ્રકારનો અહેસાસ લઈને આવી. મનમાં થતું હતું કે કોઈ અજાણી વ્યક્તિ સાથે કેમ આટલી લાગણી બંધાઈ ગઈ !

ચંદ્રએ પોતાની ચાંદની પાથરી દીધી અને જોત જોતામાં રાત પડી અને હું આરામની મુદ્રામાં સૂવાની કોશિષ કરવા લાગ્યો પણ કોણ જાણે નીદરે આજે મને સાથ ના આપ્યો. સ્વપ્ન રાત મને રૂપલીના સફરમાં લઈ ગઈ, સપનામાં રૂપલીની પ્રેરણાદાયી વાતો યાદ કરવા લાગ્યો.

આમને આમ એક અઠવાડિયું વીતી ગયું, નવા દિવસની સવાર ક્યારે પડી ગઈ તે ખબર ન પડી. ઘરનું ઘણું કામ હોવા છતાં કામ કરવાનું મન ના થયું. હું ઘરે બેઠા બેઠા પોતાની જાતને કહેવા લાગ્યો 'ચાલને દરિયાકાંઠે આંટો મારી આવું' પણ થયું કે હવે ત્યાં જઈને કશો ફાયદો નથી.

દિવસ અને સમય પોત પોતાના કામમાં લાગી ગયા. સમયની સાથે સાથે દિવસો પણ નીકળી ગયા. હું પોતાની જાતને મનાવતો રહેતો અને જાતને કહેતો 'હવે દરિયે જવાથી કશું પણ મળવાનું નથી. રૂપલી સાથેની તારી સફર એક સ્વપ્ન બનીને રહી ગઈ છે. માત્ર તું એક મુસાફર બનીને રહી ગયો છે.' પણ મનને પણ મેં માત આપીને એક દિવસ વિચાર્યું કે આજે પાછો દરિયે જઈશ. ઘરેથી પરવાનગી લઈ થેલો ખંભે નાખી વાટ પકડી લીધી. રસ્તામાં માત્ર એક જ વિચાર આવતો હતો.

"સાહેબ....! અમે તો વણઝારાની જેમ ભટકતા દરિયા પરથી ગુજરાન ચલાવતા લોકો છીએ, અમારુ કાંઈ ઠેકાણું હોતું નથી. અમારા માટે તો આ દરિયાના અલગ-અલગ કિનારા એટલે અમારું ગામ અને ઘર."

ધીમે ધીમે ચાલીને જતા થોડો સમય વધુ લાગશે એવું લાગતાં મેં મારા પગને થોડી ગતી આપી. ઝડપ વધારી શકાય એટલી ઝડપથી ચાલવા લાગ્યો. થોડો સમય પસાર થતાં હું દરિયે પહોંચી ગયો. ચારેબાજુ નજર કરી જોઈ પણ કોણ જાણે આ ચારેય દિશામાં પથરાયેલો દરિયો પોતાની ચુપકીદી તોડતો નહોતો. જાણે ખડક પણ મૂંગા બનીને બેઠાં હતાં. રેતી પણ આજે હાથમાં આવ્યાની સાથે તરત જ લપસી જતી હતી. પાણી સાવ શાંત લાગી રહ્યું હતું. કોણ જાણે આ પ્રકૃતિની માયાજાળ મને કંઈક કહેવા માગે છે. પણ હું સમજી ન શક્યો.

દરિયાની ચારેકોર નજર કરી. હું આમથી તેમ બેબાકળો બની જોવા લાગ્યો. થોડો આગળ ચાલ્યો તો પવનની લહેરો ખાઈ ખાઈને ભાંગી પડેલી ઝૂંપડીઓ નજરે આવી. અંદર જોયું તો ચૂલામાં કાળાં કોલસા પડેલાં હતાં. ખાલી પડેલીએ ઝૂંપડીઓમાં કોઈ નજરે ચડતું નહોતું.

અચાનક મારી નજર એક કપડાંના લીરાં પર પડી. જે લાકડાની થાંભલીએ બાંધેલો હતો. જોયું તો યાદ આવ્યું કે, એ જ કપડું રૂપલીએ એના હાથમાં બાંધેલું હતું. અને એ કપડું મેં મારા હાથમાં બાંધી નિરાશામાં આશા સાથે દરિયાની બધી બાજું ફર્યો પણ અંતે નિરાશા જ હાથમાં આવી. સૈફ પાલનપૂરી સાહેબની "શાંત ઝરૂખે વાટ નીરખતી રૂપની રાણી જોઈ હતી." ગઝલ મનમાં યાદ આવવા લાગી અને હું ઘરે જવા નીકળી ગયો.....

9

મૃત્યુ

એ કાળમુખી રાત હજુ સુધી સૌરભને ભુલાતી નથી. જ્યારે એ પંદર વર્ષનો હતો ત્યારે તેણે ઘરની અંદર કોઈનું મૃત્યુ જોયું હતું. મૃત્યુ એટલે માત્ર ત્રણ અક્ષરનો બનેલો શબ્દ પણ તેનો અર્થ ત્યારે જ સમજાય જ્યારે તેની પીડા સહન કરીએ, કોઈ નજીકના સ્વજનને ગુમાવીએ અને તેને ભુલાવી ના શકીએ.

નવરાત્રિના દિવસો ચાલી રહ્યાં હતાં. ઘરના સભ્યો આનંદમય દિવસોમાં ખોવાયેલાં હતાં. પૂરું ગામ ઝગમગી ઊઠ્યું હતું. ચારેકોર નવલાં નોરતાંની તડામાર તૈયારી ચાલી રહી હતી.

સૌરભના ઘરમાં પણ આવું જ વાતાવરણ હતું. સૌરભના ઘરમાં દસ લોકોના પરિવાર સાથે તે પોતે રહેતો હતો. દસ લોકોમાંથી બધા જ લોકોના અલગ અલગ કામ. મમ્મી-પપ્પા ઘરનો વહીવટ સંભાળતા, દાદીમા ઘરનું સંચાલક. સૌરભ અગિયારમાં ધોરણમાં ભણતો, તેનો ભાઈ પ્રાથમિક શાળા, બહેન માધ્યમિક શાળામાં. કાકા - કાકી તેની લાડકી દીકરી "નિરાલી" અને એના નાના ભાઈ સાથે રહેતાં.

સૌરભના કાકા ઘરકામથી લઈ ખેતર સુધી પોતાનું યોગદાન આપતા, ઢોરઢાંખર સાચવવાનું અને ખેતીનું બધું જ કામ પોતે કરતા. નામ એવા જ તેમના ગુણ હતા ! ગામના લોકો તેમને જયેન્દ્ર કહીને બોલાવતા. અમે બધા ઘરમાં મુના ભાઈ (હુલામણું નામ)થી બોલાવતા. પોતે જીવન એવું જીવતા કે જીવનને પણ લાગતું કે, હું પણ બરાબર જગ્યાએ આવીને જીવું છું.

પ્રેમ એમનો એક મહત્ત્વનો ગુણ હતો. પોતે દશ ભેંસ અને બળદથી લઈ બધાય ઢોરઢાંખર સાચવતા, પાણી પીવડાવતા, તેમનો વિશ્વાસ અને નિસ્વાર્થ પ્રેમ મૂંગા પશુઓ પણ સમજી જતાં. ઘરથી વાડી અને વાડીથી ઘર સુધીની સફરમાં બધાય ઢોરને પંપાળતા પંપાળતા રસ્તો ક્યારે કાપી લેતા એ જ ખબર

ના પડતી. પોતાના આગવા સ્વભાવથી અને સરળ વર્તન દ્વારા તેમને આખા ગામમાં તેમની અનેરી છાપ છોડી હતી.

તેમની સાથે સૌરભનો નાતો એક કાકા કરતા એક દોસ્ત જેવો હતો. તે હંમેશાં તેને બજારે લઈ જાય. તેમને ઘરેથી આપેલા દસ રૂપિયામાંથી પોતે પાંચ રૂપિયા વાપરે અને પાંચ રૂપિયાનું અલગથી ખાવાનું લઈને સૌરભને આપી દેતા. રજાના દિવસોમાં તે સૌરભને આખું ગામ ફેરવે; ક્યારેક આજુબાજુના મેળા જોવા પણ લઈ જાય.

સૌરભ વારંવાર પૂછતો : "કાકા તમે બધા જોડે ઘરે અલગ વર્તન કરો છો અને મારી જોડે કેમ આવું ?"

ત્યારે એ કહેતા : "તું તો મારો સૌથી લાડકો ભત્રીજો છો તારી જરૂરિયાત પૂરી કરવી એ મારી ફરજ છે."

સૌરભ મીઠી મીઠી વાતો સાંભળતો રહેતો. એમની સાથે સમય વિતાવતો રહેતો.

નવરાત્રિના દિવસો ચાલુ થતાં બધાં પોતપોતાના કામમાં લાગેલા હતાં. ગામનાં લોકો પણ આ દસ દિવસને માણવા માટે તત્પર હતાં. સાથે સૌરભનો પરિવાર પણ તે દિવસોમાં નવરાત્રિના પર્વમાં મશગૂલ હતો.

૧, ૨, ૩, ૪, ૫, ૬, ૭ એમ નવરાત્રિના દિવસો પસાર થવા લાગ્યા અને તેમાં બધા મશગૂલ બની ગયા. એટલા મશગૂલ બની ગયા કે બધાને કાકાના મન પર ચાલતી દ્વિધાને જાણી ન શક્યા. નવરાત્રિના દશેરાનો શુભ દિવસ બધા માટે કાળમુખો દિવસ બની ગયો. ખેતરથી લઈને મૂંગા પશુઓની આંખોમાં પણ આંસુ હતાં. કાકાએ ગામના લોકોની વાતો મનમાં લઈને ન ભરવાનું પગલું ભરી લીધું. સૌરભને એ વાતની જાણ ન હતી કે "શું થયું છે ? ને શું બનવા જઈ રહ્યું છે ?"

કાકાને જનરલ હોસ્પિટલમાં દાખલ કરવામાં આવ્યાં, ત્રણ દિવસ કોમામાં રહીને જીવ ત્યાગી દીધો. તે દિવસે સૌરભના પપ્પા તેમના દાદી સાથે હતા. દાદી સૌરભને કહેતા : "તારા કાકાએ તેના પ્રાણ મારા ખોળામાં છોડ્યા હતા." પણ એ દિવસની રાત સૌરભને કે પરિવારના લોકોને જાણ ન હતી કે, કાકાનું મૃત્યુ થયું છે. બહારથી પણ કંઈ વાવડ મળ્યાં ન હતાં. દશેરાની રાત્રિના દિવસે અચાનક ઍમ્બ્યુલન્સનો અવાજ કાને પડ્યો. એ અવાજના ભણકારા આજે પણ સૌરભને સંભળાય છે.

એ રાત સૌરભ માટે કાળમુખી રાત બની ગઈ હતી. ત્યારે તે માત્ર સોળ વર્ષનો એક એવો છોકરો હતો કે, જેણે મૃત્યુને પોતાની સામે જોયું હતું. સૌરભ તેના કાકાની લાશ જોઈને બેબાકળો બની ગયો હતો. ઘરનાં બધાં લોકોની આંખોમાં આંસુ જોઈને ભગવાને પણ રડવું આવી જાય એવી કરુણતા હતી.

અને એ જ દિવસોમાં સૌરભની પરીક્ષા પણ ચાલતી હતી એટલે સવારે પરીક્ષા આપવા જવાની હતી. પણ આ કુદરતની કરામત તેને આડે આવી જવાની હતી. એ દિવસે સૌરભને શું કરવું કશું સૂઝતું ન હતું. મનમાં ને મનમાં વિચારતો હતો. "કાલે મારી પરીક્ષા છે, હું બધું ભૂલી ગયો છું, હવે મારું શું થશે."

એ રાતને પણ એવું લાગતું હતું કે મારે સવારને ઉગવાનો મોકો આપવો નથી. તે ઢળવાનું નામ લેતી નહોતી. કપરી અવસ્થામાં બધાં લોકો કાકાના અંતિમવિધિ માટે તૈયારી કરવા લાગ્યા એ પણ સૌરભ હજુ સ્વીકારવા કે માનવા તૈયાર નહોતો કે, તેના કાકા તેની સાથે નથી.

સવારે સૂરજ ઉગતાની સાથે અંતિમવિધિની તૈયારી શરુ થઈ.

પપ્પાએ ખભા પર હાથ મૂકીને કહ્યું "બેટા ! અંતિમવિધિ માટે જવાનું છે અને તારે દોણી ઉપાડવી પડશે."

"પપ્પા મારાથી આ અંતિમ સંસ્કારની વિધિ નહીં થાય. હું નહી આવું."

ડર નામની માયા મગજમાં ઘર કરી ગઈ હતી. સોળ વર્ષની ઉંમરે પેલી વાર ઘરમાં મૃત્યુ જોયું હોતું. તેથી પોતે ભાન ભૂલી ગયો હતો.

એ પપ્પાને કહ્યા વગર ચૂપચાપ ઘરની બહાર નીકળી ગયો. તળાવની શાંત જગ્યાએ બેસી ગયો કે જ્યાં કોઈની અવરજવર ન થતી હોય. પણ કોઈ તેને જતા જોય ગયું હતું અને ઘરે જાણ કરી દીધી. જાણ કરી કે સૌરભ તળાવની પારે બેઠેલો છે. તરત બધાં લોકો આવીને સૌરભને કહેવા લાગ્યા 'તારે આ વિધિ કરવી જોઈએ બેટા અંતિમ સંસ્કાર જેવું કોઈ પુણ્ય નથી.' એ જ સમયે સૌરભના મમ્મી કે જે તેનાં માટે એક આત્મબળરૂપી કામ કરતાં અને તેનાં કોઈપણ સંજોગોમાં તેને સાથ આપતાં.

અંતિમ સંસ્કારના સમય દરમિયાન તે બધાની સામે આવીને કહેવા લાગ્યા : "હવે જે થવાનું હતું એ થઈ ગયું. તેને પરીક્ષા આપવા જવા દો અને તેને તેના સપનાં પૂરાં કરવા દો."

એ દિવસે સૌરવ પરીક્ષા આપવા ગયો. પરીક્ષાના દિવસે તે બધું જ ભૂલી ગયો હતો પણ ખબર નહીં કોઈ એવી વ્યક્તિ તેની પાસે આવીને કહેવા લાગી "હું છું ને તારી સાથે ! જીવનમાં મારા આશીર્વાદ તારી સાથે હંમેશાં રહેશે, મારું અને તારા મમ્મી પપ્પાનું નામ રોશન કરજે."

પરીક્ષાનો એ દિવસ તેને હંમેશાં યાદ આવતો રહે છે, પરીક્ષા સમયે બનેલો બનાવ ઘરમાં આવીને બધા લોકોને જણાવે છે. થોડા દિવસો પછી સૌરભની પરીક્ષાનું પરિણામ આવ્યું અને તે બીજા નંબરે ઉત્તીર્ણ થયો. ત્યાર પછી જ્યારે પણ તે સમસ્યાઓથી ઘેરાયેલો રહે ત્યારે તે તેના કાકાને યાદ કરે છે અને તેના કાકા હંમેશાં તેની સાથે તેની સમક્ષ આવીને ઊભા રહી જાય છે

10
દોસ્તી

દોસ્તી એટલે જીવનની એક એવી શરૂઆત જેના દ્વારા આપણે આપણી જિંદગી સફળ બનાવી શકીએ અને નિષ્ફળ પણ. દોસ્તી એ જીવનનું મહત્ત્વનું પહેલું સાબિત થાય છે. જેમ આપણે આપણી જિંદગીમાં આગળ વધતા જતા હોય છે તેમ તેમ દોસ્તી પણ તેનો ભાગ ભજવતી જ હોય છે. દોસ્તી એવી વસ્તુ છે જેનું કશું મૂલ્ય આંકી શકાય તેમ નથી!

ગામની ભાગોળે અમારી માધ્યમિક શાળા આવેલી હતી. જેમાં હું અને રાજેશ બંને સાથે ભણતા, સાથે મસ્તી કરતા. મારી અને રાજેશની મુલાકાત ત્યાં જ થઈ હતી. ત્યારે અમે દસમાં ધોરણમાં અભ્યાસ કરતા હતા.

ત્યારે દોસ્તી કિંમત કેટલી હોય છે તે ખબર નહોતી પણ એ જ દોસ્તી જીવનની અંદર એક નવી શરૂઆત બનીને મારી સમક્ષ ઊભી રહેશે એવી પણ જાણ નહોતી.

હું અને રાજેશ એક જ બેંચ ઉપર બેસી ભણતાં, એકબીજાને ભણવામાં મદદ કરતા. બંને એકબીજાને આપેલું લેસન સાથે મળીને લખતા. રાજેશ અને મારી દોસ્તી એટલે દિવસથી લઈને રાત સુધીની સફરનો સાથ, અમે બંને હંમેશાં સાથે જ જોવા મળીએ. રાજેશ ક્યારેક હોસ્ટેલમાં રહે તો તેની સાથે તે પોતાના મમ્મીના હાથે બનાવેલો નાસ્તો લઈને આવતો. પછી અમે બંને સાથે મળીને એકબીજાનો નાસ્તો જમીએ.

રાજેશ જાતે હરીજન અને હું રાજપૂત ! ઘણા બધા લોકોને આ ગમતું નહોતું. એક રાજપૂત છોકરો કેવી દોસ્તી નિભાવે છે ! લોકોને ક્યાંક ને ક્યાંક આંખમાં કંકડની જેમ ખટકતું રહેતું.

મને કહેતા રહેતા કે : "તું એક રાજપૂતની જાત છો અને તારે એક હરિજનની પછાત છોકરા સાથે દોસ્તી ન રાખવી જોઈએ. તું એની દોસ્તી તોડીને આપણા

છોકરાઓ જોડે દોસ્તી રાખ."

ત્યારે મને એવું થતું કે 'આ જાત-પાતના ભેદભાવ ન હોય તો કેવું સારું ! દોસ્તીને પણ કલંકનો લાગે છે.'

આવા ઘણા જાતભાતના ભેદભાવો અત્યારે પણ આપણે વેઠી રહ્યા છે. આ જાતના ભેદભાવ દૂર કરી એકતાના પ્રતિક સાથે રહેવું જોઈએ. એકતાનો ભાવ પણ સફળતામાં આગવો ભાગ તરીકે કામ કરે છે. સાથે મળીને કરેલું કાર્ય હંમેશાં પૂર્ણ થતું આવ્યું છે.

લોકોને અવગણીને પણ હું રાજેશ સાથે રહ્યો. આમ દિવસો જવા લાગ્યા. દસમાં ધોરણની બધા જ પ્રકારની માયાજાળ, પરીક્ષાઓ સાથે પાસ કરીને આગળ વધવા લાગ્યા. રાજેશ અને હું બંને જાણે કે પોતાનો સફળતાનો રસ્તો સાથે જ નક્કી કરી લીધો હોય એમ મને લાગતું.

હું તને હંમેશાં કહેતો કે : "રાજેશ જોજે આપણી દોસ્તી એક દિવસ રંગ લાવશે."

"જ્યારે જ્યારે તમે મારી જરૂર પડે ત્યારે ગભરાયા વગર મને બોલાવી લેજે. મને યાદ કરી લેજે. હું તારી સમક્ષ આવીને ઊભો રહી જઈશ."

હું એક દિવસ રાજેશને મારા ઘરે લઈ ગયો. મમ્મીએ અમને બંનેને કેરી સુધારીને જમવા માટે આપી. તે દિવસે તેને એવું લાગ્યુ કે, 'હું હરીજનની જાત મોટા લોકોની સાથે કેમ જમીશ ?' પણ મેં તેને કહ્યું: "ભાઈ ! દોસ્તીની અંદર જાતપાત હું જોતો નથી. તું હંમેશાં મારી ઘરે મારો દોસ્ત બનીને આવીશ નહીં કે હરિજન તરીકે."

થોડા દિવસોમાં ધોરણ દસની બોર્ડની એક્ઝામની તડામાર તૈયારી અમે સાથે કરવા લાગ્યા અને બંને સાથે ૧૦ ધોરણની એક્ઝામ આપી. સારા પર્સન્ટેજ મેળવી લીધા.

"ભાઈ હવે તો આપણા બંનેનો રસ્તાઓ અલગ પડી જશે. તારે આગળ જઈને શું કરવું છે?"

"મારે આગળ જઈને એક કંપ્યુટર એન્જિનિયર બનવું છે." અને મેં તેને સામે વળતો સવાલ કર્યો: "તારે શું બનવું છે?"

ત્યારે તેણે મને તેના અંતર આત્માના ઊંડાણ સાથે જવાબ આપ્યો "મારે એક આર્મી ઑફિસર બનવું છે."

૧૦ ધોરણની એકઝામ પાસ કરી અમે બંને વિચારવા લાગ્યા કે, હવે આપણે આગળ શું કરવું જોઈએ ? મેં કહ્યું : "મારે કોમર્સ કરવું છે અને તેનાં પછી હું કંપ્યુટર કોલેજ કરી લઈશ."

રાજેશ કીધું "હું પણ કંઈક એવું જ વિચારું છું અને પછી આર્મીની અંદર ભરતી આવશે ત્યારે તેની પરીક્ષા આપી તેમાં નોકરી લઈ લઈશ અને મારું સપનું પૂરું કરીશ."

આમ અમારી સફળતાની રાહને પકડીને મેં કોમર્સ એડમિશન લઈ લીધું. ધોરણ બારની એક્ઝામ સારી રીતે પૂર્ણ કરી. સારી એવી ટકાવારી સાથે હું આગળ નીકળવા લાગ્યો.

મને અંદર અંદર થતું "હું મારી દોસ્તીને અને રાજેશને ભૂલવા લાગ્યો છું. એક દિવસ ફોન કરીશ કે શું કરે છે?" આ બધાં સવાલોના જવાબ મારે તેની પાસે મેળવવા હતાં. તેની હોસ્ટેલમાં જઈને તેના સંચાલક પાસેથી તેના ઘરનો નંબર મળ્યો. નંબર મેળવી લીધા પછી તેના ઘરે ફોન કર્યો ત્યારે મને જાણ થઈ કે, રાજેશ મોટા "ડિપ્રેશનમાં" જતો રહ્યો છે છેલ્લા બે વર્ષથી. ન કોઈની સાથે બોલે છે, ન કોઈની સાથે વાતચીત કરે છે. તેના મમ્મીએ મને કહ્યું 'બેટા રાજેશ તો બે વર્ષથી કશું કરતો જ નથી. તે ખૂબ જ "ડિપ્રેશનમાં" છે. તે પોતાની જાતને એક રૂમમાં પૂરી રાખે છે. એકલવાયું જીવન જીવે છે. તે બધું જ ભૂલી ગયો છે, અમને પણ ક્યારેક ક્યારેક ઓળખતો નથી. ડૉક્ટરને બતાવ્યું તો તેઓએ કહ્યું "યાદદાસ્ત" ખોઈ બેઠો છે.'

મને આ બધું સાંભળીને ખૂબ દુઃખ થવા લાગ્યું, હું બેબાકળો થઈ ગયો. પછી મને ખબર પડી કે, બહારના લોકોની વાતોને લીધે, કોઈ કહેતું કોમર્સ કર, કોઈ કહેતું નવો કોર્સ કર અને તેના માતા-પિતાના સપનાંઓ પણ ઘણા મોટા હતાં. આવી બધી બહારની અને ઘરની વાતોના પ્રહારને લીધે તે ડિપ્રેશનમાં જતો રહ્યો હતો.

મેં માસીને વાત કરીને કહ્યું : "મને કાલે રાજેશ સાથે વાત કરાવજો. હું તેની સાથે વાત કરીશ. મને લાગે છે તે મને ઓળખી જશે. ને જેમ પહેલા હતો તેમ જ વર્તવા લાગશે. રાજેશને કહેજો ફોન આવ્યો હતો; તને યાદ કરતો. તે શું કરે છે? ભણવાનુ કેવું ચાલે છે? આ બધું પૂછતો હતો. કહેજો રાજેશને."

બીજે દિવસે મેં રાજેશ સાથે ફોન પર વાત કરી. મેં તેને કહ્યું "મને ઓળખે છે ભાઈ? હું કોણ છું?" ત્યારે તેના મમ્મી-પપ્પાએ તેના મોઢામાંથી પહેલીવાર કોઈ વ્યક્તિને ઓળખતો હોય એવો અહેસાસ થયો. તે તેના લથડિયાં ખાતા શબ્દો સાથે બોલ્યો : 'યાર, તને કેમ ભુલાય ? તું તો મારો જિગર જાન દોસ્ત છે.'

મારી આંખોમાં આંસુ આવી ગયા. તેનાં મમ્મી-પપ્પાની આંખોમાં પણ આંસુ આવી ગયા.

મને હતું જ કે "તું મારી સાથે વાત કરીશ." "મને અત્યારે કઈ સૂઝતું નથી શું કરવું કે શું ન કરવું?"

મેં એને સમજાવતા કહ્યું : "માણસ એ ઘણા બધા સંજોગો અને સમસ્યાઓનો સામનો કરી આગળ નીકળવું પડે છે. તારે પણ નીકળવાનું છે. તારું સપનું એક આર્મી ઑફિસર બનાવવાનું છે. તારે બહારના લોકોની વાતો સાંભળીને ડરી જવાની જરૂર નથી. હવે પોતાની જાતને આગળ વધારવાની છે. તો ચાલ કરી દે અત્યારથી જીવનની નવી શરૂઆત."

થોડા સમય બાદ મને તેના પપ્પાનો ફોન આવે છે કે, "હવે રાજેશ સામાન્ય હાલતમાં છે. તે પહેલાં જેવો થઈ ગયો છે. તારી સાથે ફોનમાં વાત કરીને તે પૂરો બદલાઈ ગયો છે."

મેં કહ્યું : "મેં તેને બદલ્યો નથી પણ મારી અને તેની દોસ્તીએ તેને બદલ્યો છે."

તે કહેવા લાગ્યા: "તારા એક ફોનને કારણે મારા દીકરાની જિંદગી બદલાઈ ગઈ. તેને બધું જ યાદ આવવા લાગ્યું છે, તે હવે અમારી સાથે સમય વિતાવે છે અને પોતાના સપના અમને જણાવીને તેમાં જ રચ્યોપચ્યો રહે છે. તેના આર્મીના સપનાને પૂરાં કરવા જઈ રહ્યો છે. તે પોતાની બધી જ મહેનત તેમાં રેડી રહ્યો છે. મને લાગી રહ્યું છે કે, તે તેના સપનાથી હવે બહુ દૂર નથી."

એક વર્ષ પછી મને રાજેશનો ફોન આવ્યો "થેન્ક્યુ ભાઈ. તારા કારણે હું એક આર્મી ઑફિસર છું, હું તારો જિંદગીભર આભારી રહીશ અને સદાય આપણી દોસ્તીને યાદ કરતો રહીશ."મેં તેને કહ્યું: "ભાઈ મેં તો કંઈ નથી કર્યું આપણી દોસ્તીની તાકાત છે. જેને આપણને જોડી રાખ્યા છે અને એકબીજાની મદદ કરવા માટે તત્પર રાખે છે."

11
મૂંગી જિંદગી

આજે એક જિંદગી જોઈ, મૂંગી સાવ મૂંગી.સમજે બધુ સમજાવે પણ બધુ પણ કોઈ પાસે કશી અપેક્ષા નહી. દુનિયા ને જ્યારે સમજતા શીખો ત્યારે દુનિયા તમને સમજે પણ.. આ દુનિયા તમારી દરકાર નહિ જ્યારે તમે એના અનુરૂપ નહિ હોવ.

નામ જીવુબા ,ઉંમર 35 વર્ષે,રહેવું વળપુર.

ઉપરની બધી માહિતી ઉપરથી માણસ ઓળખાય પણ આપણે ક્યારે એ જાણ્યું છે કે એક માણસ એવો પણ છે જેને ગામ,નામ કે ઉંમર કોઈની જરુર પડતી નહિ.અને એ માણસ આપણી અંદર રહે છે એને એ એટલે જીવુબા. જિંદગી ઉંમરની સાથે આગળ તો ચાલવા લાગી પણ જિંદગીએ ઉંમર પ્રમાણે સાથ ના આપ્યો. 16 ઉંમરે સુધી શરીરે કોઈ રોગ નહિ કદી દવાનો પણ ઉપયોગ નહિ.ઉંમર 20 વર્ષે આવતા એક અલગ જ મોળ લઇને આવી. શરીર ને આચકી આવવાથી અંગે સાથ આપવાનું છોડી દીધું.અને ત્યારથી જિંદગીએ પણ સાથ આપવાનું છોડી દીધું. શરીર સાથ આપે પણ મગજ નહિ.

સમય વીતતો ગયો અને સાથે ઘરના સભ્યો ની ધીરજ પણ, અને જીવુબા ને સમયે જેમ હતા તેમ સ્વિકારી લીધાં અને જીવુબા એ સમયને સ્વિકારી લીધો.આજે જ્યારે એમને જોયા લાગ્યુ ઘણા ખુશ હતા.એ મને જોતા હતા અને હું એને બન્નેએ એકબીજાની જિંદગી ને સરખાવી શરત લગાવી અને હું હારી ગયો બધું હોવા છતાં.

ઘરના લોકો દેખરેખ રાખે પણ કરવા ખાતર. પણ પોતે રાજી રેતા. મૂંગા મૂંગા બધા ને સાંભળે, જાણે કે આ બધાય જીવ ને હું સમજુ છું પણ એ મને ક્યારે સમજશે એ હું ક્યારેય સમજી નહિ શકી.

એક ઘરનો ખૂણો એટલે એ એમનું ઘર,આપેલું વઘેલું ઘટેલું ખાવાનું એટલે એમનો ખોરાક કપડાં 2 વર્ષે ક્યારેક એક નવી જોડ જો આપવામાં આવે તો પણ

કોઈ ફરિયાદ નહિ ઘર ના લોકો ને પણ નહી કે જિંદગીને પણ નહી.

કોઈ ને વાત કરવાનું મન થતું હશે ત્યારે આ જીભ હોવા છતાં પણ મુંગા લોકો પાસે કરતા પોતાની જાત સાથે વાત કરવું વધુ યોગ્ય સમજતા.પોતાની હાલત ને કોઈ સાથે સરખાવતા નહિ જેવું તેવું મારુ જીવન છે હું જીવી લઈ એવી ભાવના સાથે પોતાને હમેંશા જીવતા.અને બીજાને જીવવાની પ્રેરણા આપતા.માણસ માણસ ના પ્રેમનો ભૂખ્યો હોય છે.સમય હોય કે ઉંમર બન્ને સાથે પ્રેમ સાથે ચાલે તો માણસને બીજું કશુ ના જોઈએ.

જીવતર ને ઝેર સમજવું એના કરતા જેવું છે તેવું રાખી સુખી રહેવાનું અમૃત પીવું સારૂં.

કવિતા વિશ્વ

12
રહી જશે

આમ જો આવતી હવા ફૂલની દુશ્મન બની જશે,
લાગે છે કે ફૂલની ખીલેલી જિંદગી બરબાદ થઈ જશે,
છેલ્લું પાન પણ જો આવેલી વસંતનું આમ ખરી જશે,
બસ ખાલી દર્દની ઝૂલતી ડાળીઓ બાકી રહી જશે,
સૂરજ કોને આપીશ છાંયો ? અહીં માત્ર તડકો રહી જશે,
નહીં વરસે વેદનાની વાદળી એકલી ગર્જના રહી જશે,
છે કલરવ ઘણો સમય જતાં માત્ર ખાલી માળો રહી જશે,
ના કરીશ અભિમાન જાતનું છેલ્લે રાખ જ રહી જશે.

13
શક્ય છે

સ્વપ્નની દુનિયા જોવી અશક્ય છે,
એ પણ, ખરું કે આત્મબળથી બનાવી શક્ય છે.
સંકલ્પોથી સ્વપ્ન શણગારવા અશક્ય છે,
એ પણ, ખરું કે વિકલ્પોથી વિચારવું શક્ય છે.
કસોટીઓ પારખવી અશક્ય છે,
એ પણ, ખરું કે પરીક્ષાઓથી પાર કરવી શક્ય છે.
પ્રેમને સમર્પણ સુધી લઈ જવો અશક્ય છે,
એ પણ, ખરું કે પ્રેમથી પ્રેમને પામવો શક્ય છે.
ધર્મથી અધર્મ મિટાવો અશક્ય છે,
એ પણ, ખરું કે આત્મીયતા સાથે રહેવું શક્ય છે.
સંઘર્ષોથી સફળતાના શિખરો સર કરવા અશક્ય છે,
એ પણ, ખરું કે પ્રેરણાના પંથે પહોંચી જવું શક્ય છે.

14
બુંદ એક આત્મકથા

ગગનરૂપી ખોળામાંથી વરસાદી બુંદ પડી,
જીવનરૂપી ચાહ લઈ વિચારોમાં પડી.
શું હશે મારું ભાગ્ય હું બચીશ ?
કે
ધૂપમાં બળીશ ?
પડીશ અંગારો પર,
કે
બનીશ કમળનું મોતી ?
ત્યાં આવી સોનેરી સુવાસ વાયુ વેગે,
માર્ગ લઈ પ્રેમનો જીલાઈ એક પ્રેરણારૂપી હાથમાં.
જનમ્યો એક પ્રરેણા પંથે જીવ આત્મારૂપી વિચારો થકી,
બન્યો એક માનવ વિચારક એક બુંદની પ્રેરણા થકી.

15
મા યાદ આવતી

(એક મા વિહોણું નાનું બાળક એક માને જોવે છે ત્યારે તેની મા પ્રત્યેની કલ્પના કેવી હશે વર્ણન કરતી કવિતા.)

જોતો કોમળ હાથની મમતા જ્યારે તું જમવાનું પીરસતી,
મને મારી મા યાદ આવતી.
જોતો હું એ નિઃસ્વાર્થ ભાવે તારી સંભાળ લેવાની કાળજી,
મને મારી મા યાદ આવતી.
તું કહેતી તારા મધુર મુખથી મને "મારો દીકરો",
મને મારી મા યાદ આવતી.
સાંભળતો વ્હાલભરી વાતો જે તું કહેતી દિલથી હું લેતો રુદયે,
મને મારી મા યાદ આવતી.
મળતો જ્યારે તને હું તું આપતી એ પ્રેમાળ હાથે આશીર્વાદ,
મને મારી મા યાદ આવતી.
જોતો એ દયાળુ હાથ ને જે તું ફેરવતી ગૌરી ગાય પર,
મને મારી મા યાદ આવતી.

16
જિંદગી જીવવી પડશે

જેવી છે તેવી જિંદગી હવે જીવવી પડશે,
સંઘર્ષોની નવી કેડીઓ ક્યાંક શોધવી પડશે.
નથી વાંચેલી જે આંખો એને વાંચવી પડશે,
બંધાયેલી મર્યાદા ઉંબરેથી વટાવવી પડશે.
હારેલી બાજી પણ ક્યારેક જીતવી પડશે.
નથી મળતી પ્રેમની ભીખ હવે માગવી પડશે.
સુતેલી આપણી જાતને હવે જગાડવી પડશે,
સજાવેલાં સપનાની સાંકળ પ્રયત્નથી ખેંચવી પડશે

17
ભાગ્યમાં નથી

ગામની પ્રભાતે ઉગેલું કિરણ જોવું તારા ભાગ્યમાં નથી,
ગામની ગલી , શેરી, પાદર,વગડે રમવું ભાગ્યમાં નથી.
ઝાડની ડાળીએ ટહુકતા પંખી સાંભળવું તારા ભાગમાં નથી,
માની મમતાનો મીઠો ઠપકો પામવું તારા ભાગ્યમાં નથી.
મંદિર, ગામનો ચોરો, અને મઢી ભમવું તારા ભાગ્યમાં નથી,
મિત્રો સાથે ભરી નિશાળે ફરી રમવું તારા ભાગ્યમાં નથી.
ખેતર અને પાદરના ધુળયે રસ્તે રખડવું તારા ભાગ્યમાં નથી.
ઝાકળ , વરસાદથી થયેલી ભીની માટી અડવું તારા ભાગ્યમાં નથી.
દયા, પ્રેમ અને મમતાના દરિયોને ઉલેચવાનું તારા ભાગ્યમાં નથી,
પ્રકૃત્તિના ખોળે માથું ટેકવીને ને સૂવું તારા ભાગ્યમાં નથી.

18
તું જોયે

જિંદગીનો જીવ જોને આમતેમ વલખાં મારે,
હર વખત જોને મુસીબતનો ભાર માથે મારે,
મારી વાર્તાના હર એક અંતમાં સાર તું જોયે.
વરસો જોને અહીંયાં ચાની જેમ ઘૂંટડે પીવાય,
એકતાના નામે અહીં ધર્મ પરસ્પર વિખાય,
સ્વાર્થથી ભરપૂર દુનિયામાં મારી દુનિયા તું જોયે.
જોવું છું સદાય ખોટાં હસતાં ચહેરા અમીરો તણા,
કશું નથી છતાં જોયા મલકતા ચહેરા ગરીબો તણા,
હાસ્યોથી છલકતા મારા ચહેરા પર સ્મિત તું જોયે.
હર દિલ કરે છે સાચી-ખોટી અહીં પ્રેમની પૂજા,
પ્રેમને હંમેશાં રહેતી અહીં પ્રેમની ભૂખ સદા,
પાંગરેલા આપણા પ્રેમમાં વિશ્વાસનું પ્રતીક તું જોયે.

19
કાયાની કલ્પના

તારી આંખોમાંથી વહેતું અનંત પાણી,
જાણે તારા ગાલના ખાડામાં રમતું લાગે.
તારા માથાના વાળમાંથી આવતી મહેક,
જાણે હવાને સાત રંગો સજાવતી લાગે.
તારા ફૂલ સમાં હાથોમાંથી ઝરતી હૂંફ,
જાણે પર્ણ પર જકડાયેલી તુષાર લાગે.
તારી આંખો મહીં ચમકી રહેલી કીકી,
જાણે આભમાં ચમકતી વિજલડી લાગે.
તારી પૃથ્વી સમી નીખરતી કલ્પવૃક્ષી કાયા,
જાણે શરદ પૂનમે ચન્દ્ર ચાંદની રેલાવતો લાગે.

20
યાદ આવે

જ્યાં-જ્યાં નજર મારી ઠરે મને તારી યાદ આવે,
તારા ખોળામાં પોઢેલ શાંતિમય પળ ક્ષણે-ક્ષણે યાદ આવે. (૧...)
ક્યાં-ક્યાં ભટકું આરામ માટે ત્યારે મને તારો "વિસામો" યાદ આવે,
દુનિયાના આપતી ઘાવ ત્યારે "દવા"ની સાથે તારી "દુવા" યાદ આવે.
સમયે-સમયે મોટા થવામાં તારી સાથે વિતાવેલ "બાળપણ" યાદ આવે,
જિંદગીના નવાં રસ્તાઓમાં તારી સાથે કરેલ પા પા "પગલી" યાદ આવે.
દિવસે-દિવસે છૂટી જતું જનની તારી મમતાનું "માતૃત્વ" યાદ આવે,
સુખથી ભરેલી "સૈયા"ની સેજ પર તારા કંઠે ગવાયેલ "હાલરડું"યાદ આવે.
રસ્તે-રસ્તે ચાલી આવતી તારી "અલકમલક" પ્રેરણાદાયી વાતો યાદ
આવે.
સર્વસ્વ મારી કને હોવા છતાં પણ મા તારી અવિરત મમતા બહુ યાદ આવે.
જ્યાં-જ્યાં નજર મારી ઠરે મને તારી યાદ આવે.
તારા ખોળામાં પોઢેલ શાંતિમય પળ ક્ષણે-ક્ષણે યાદ આવે. (૧..)

21
ચાલ ને મળી લઈએ

ચાલને આજે મળી લઈએ સાથે થોડું જીવી લઈએ.
થોડું તારું થોડું મારું કરીને એકબીજાને પામી લઈએ.
પ્રેમના પ્રવાહમાં વહી એકબીજામાં ખોવાઈ જઈએ.
શું તારું ને શું મારું ? ચાલને ભાગલા પાડી લઈએ.
તારા મારા રસ્તે મળીને પ્રેમની પાપા-પગલી કરી લઈએ.
હું મારા રસ્તેથી તું તારા રસ્તેથી દિલને દસ્તક દઈ દઈએ.
હાથમાં હાથને પરોવી થોડી લાગણીને પરસ્પર કરી લઈએ.
નયનથી નયન મિલાવી થોડીવાતો પાંપણથી પણ કરી લઈએ.
મુલાકાતના રસ્તે જરાક ચાલીને એકબીજાને જાણી લઈએ.
સમયે-સમયે વ્યથા અનોખી કર્મ કસોટીને પારખી લઈએ.
મનના મંદિરે મળીને ચાલને "પ્રેમ" પ્રેમની પૂજા કરી લઈએ.
દેહરૂપી દાન કરીને હવાના સથવારે રાખમાં ભળી જઈએ.

22
વિરહનો વલોપાત

(ઝરમર ઝરમર વરસાદમાં કબરનાઓટલે બેસી પોતાના પિયુને યાદ કરતી સ્ત્રીની વેદના)

દુઃખ વગર, દર્દ વગર,
મન ઉદાસ રહે, તારા વિરહનાં વલોપાત વગર.
આંખોની અમી છલકી ઉઠી,
આંખે આંસુનાં કાજલ, આખ્યુંનો દરિયો કેમ ભરાય આંસુ વગર.
મલ્હાર ભીની ધરતી સામે નવી કૂંપળો,
ઝરી ઝરી રડે છે, કાન મીરા અને રાધાનાં પ્રેમ રાગ વગર.
ભરમાઈ ગયેલી ભક્તિ વચ્ચે શ્રદ્ધા,
કચડાયા કરે છે પગે પગે, પરમાત્મા શું સમજે શુદ્ધ આત્મા વગર.
ગગનેથી આંસુ ઉતરીયા બુંદ થકી,
ખોળે ઝીલે ધરતી, શું ખબર પડે કબરને કેટલા આંસુ પડ્યાં તારા વગર.

23
શીખવી દે છે

આશા છે પંખી બની ખુલ્લા આભે ઉડવાની,
પછીના આવડે તો ઉડતાં પ્રેરણા શીખવી દે છે.
ઊભો મંદિરેમસ્તક નમાવી હાથ બંને જોડી,
પૂછો નહીં કેવું આ આશાઓ શીખવી દે છે.
તારા ભાષાના ભાષણ કામ નહીં લાગે અહીં,
પ્રેમની પારદર્શિતા દર્શક બનવું શીખવી દે છે.
વહાલું છે એનાં વગર રહેવાનું શીખવી દે છે,
જિંદગી પ્રેમને વિરહ સુધીનો પંત શીખવી દે છે.
નહીં રહેવું અહીં કોઈને હળી મળીને "ગીરી",
સપનાઓ સર્વે સપનામાં રહેવાનું શીખવી દે છે.

24
શું વાત છે ?

પથ્થરે પથ્થરે તારી પૂજા કરે,
દિને દિને નવું નવું માગ્યાં કરે,
માગ્યું મળ્યાં પછી પણ પેટેના બાંધે પાટો એવી તો શું વાત છે ?
તારું મારું આપણું કર્યાં કરે,
કશું નથી પોતાનું તો પણ હક જતાવિયા કરે,
અંતે નથી થતી ચિતાની રાખ પણ પોતાની એવી તો શું વાત છે ?
પ્રેમના પારખાં કર્યાં કરે,
પોતાનાને દૂર કર્યાં કરે,
નથી ચાલતું કોઈને પણ એકબીજા વગર અહીં એવી તો શું વાત છે ?
ધર્મમાં પાખંડ કર્યા કરે,
અંધશ્રદ્ધામાં માન્યાં કરે,
કશું વળે તને પૂજ્યા પછી તો ખુદ ખુદા થઈ બને એવી તો શું વાત છે ?

25
જમાનો નથી

જીવવા દે એવો આ જમાનો નથી.
જીવંત સ્વાર્થી માનવ મજાનો નથી,
પ્રેમથી ભરેલો જ્યાં ખજાનો નથી.
જે પણ હોય તે રાજા પ્રજાનો નથી,
કિંમત ઘણી છે વિશ્વાસની અહીં.
દિલની વાતને જે અંદર રાખતો નથી,
સંભળાવો તો લખું એક પન્નુ તમારું.
છેલ્લે પ્રણય ને પામવા લખતો નથી.

26
રહેવા દે

આમ હવે પ્રેમનાં પારખાં કરવા રહેવા દે,
કરી બરબાદ જાત માનવ બોલવું રહેવા દે.
ખોદી પાયો પાપનો મકાન ચણવું રહેવા દે,
કરી ભેદભાવ એકતાનો ચૂનો ચોપડવું રહેવા દે.
વાવી છોડ ખોટનો સાચા ફળ માગવા રહેવા દે,
ભોગી છો મુઠ્ઠી ધૂળનો સ્વર્ગનો વહેમ રહેવા દે.
સ્વાર્થ ખાતર લાગણીઓને રોળવુંરહેવા દે,
સંબંધ ટકાવવા ખાતર થોડી ગરજ રહેવા દે.

27

સડક છે

રાહી થાકીને ઉભી કેવી ઠંડી સડક છે,
નસીબની નિશાનીઓ છોડતી સડક છે.
શાંત ચિત્તે બધું સાંભળતી સડક છે,
મુસાફર આ મઝધારે ભટકેલી સડક છે.
સવારે જીવતી ને રાતે મરતી સડક છે,
દિલના દર્દીને વારંવાર ભરતી સડક છે.
એકધારી ચાલતી રહેતી શાંત સડક છે,
જખમના આશું વરસાદે સારતી સડક છે.

28
કવિતા

દર્દથી દિલ સુધી પહોંચતી એટલે કવિતા,
હાસ્યથી રુદન સુધી પહોંચતી એટલે કવિતા.
કલ્પનાથી વાસ્તવિકતા સુધી પહોંચતી એટલે કવિતા,
જન્મથી મૃત્યુ સુધી પહોંચતી એટલે કવિતા.
વિદ્યાથી સદવિદ્યા સુધી પહોંચતી એટલે કવિતા,
અપેક્ષાથી મહત્વાકાંક્ષા સુધી પહોંચતી એટલે કવિતા.
વાતથી વતેસર સુધી પહોંચતી એટલે કવિતા,
મનથી તન સુધી પહોંચતી એટલે કવિતા.

29
ભાર છે

ભાઈ માંથે તારી કેવો ભાર છે,
બધા કહે આતો ભારી વાર છે.
માથે વાળ ચાર અને ટાલ છે,
માનો તો ઠીક વાતમાં માલ છે.
અંતે દિવામાં ખાલી પડેલી વાટ છે,
ભરોને યાદોનું તેલ યાંદો અપાર છે.
જતા જતા માત્ર ખાલી હાથ છે,
બાકી મર્યા પછી ચિતાની રાખ છે

30
લખ

જો ભરેલો હોય દર્દીનો ખજાનો તો,
ક્યારેક દિલના ખૂણેથી વિરહ તો લખ.
જન્મથી મૃત્યુ સુધીનું જીવન વિતી ગયું,
ક્યારેક પોતાના વિશે થોડુંક તો લખ.
આખોય દી કર્યા કરે તારું-મારું,
ક્યારેક પોતે શું કર્યું એ વિશેતો લખ.
મંજિલના માર્ગે ભટકતો ફરતો,
ક્યારેક પ્રેરણાને મળ્યો એ તો લખ.
અધીરો બની જગ્યા કરે દિનરાત,
ક્યારેક સ્વપ્ન શણગાર્યું એ તો લખ.

31
ફરજિયાત છે

આ બધાય દર્દમાં જિંદગી જીવવી ફરજિયાત છે,
અહીં શ્વાસે-શ્વાસે રૂંધાવું વિરહી ફરજિયાત છે.

નહિ મળે વિરહની દવા દર્દી સારવાર ફરજિયાત છે,
શણગારેલી દુ:ખની ઝૂંપડીયે વળી રહેવું ફરજિયાત છે.

હસતા ચહેરાની પાછળ આંસુ રાખવા ફરજિયાત છે,
સાચા નહિ પણ ખોટા વ્યવહાર રાખવા ફરજિયાત છે.

ભલે હોય સઘળું પાસે પ્રભુ પાસે માગવું ફરજિયાત છે,
બિછાવે કોય હજારો કાંટા મંજિલે ચાલવું ફરજિયાત છે.

ભટકતા સબંધોના નામે રહ્યો છું હું નામશેષ "ગિરિ",
નથી મારી ઓળખ ક્યાંય તોયે રાખવી ફરજીયાત છે.

32
તું

જાણું છું કે પ્રેમ નું વિરુધાથી વિરહ,
જીવનના હર એક દર્દ ની દવા તું.

સિલસિલો આમતો યાદોનો વહ્યાં કરે,
વેદનાથી વણસતી કણસતી વાતો તું.

જીવન એક ને નાટકનાં પાત્રો અનેક,
જનગણથી ભરેલા રંગમંચમાં પ્રવક્તા તું.

બે પૂંઠા વચ્ચે વંચાય રહ્યું જીવન મારું,
યાદોની સાહીથી લખાયેલાં અક્ષરો તું.

પરપોટા સમાન સજાવી રહ્યો છું સપનાં,
વાંકાચૂંકા રસ્તા ની આખરી મંજિલ તું.

33
ગામની મોભે

ગામની મોભે અમારે ત્યાં સોને મઢેલ સવાર નીકળે છે,
હૈયે હેલીને પાંખે પ્રેમ લઈ પંખી રોજે-રોજ નીકળે છે.
વાદળથી વહાલનો વરસાદ ઘરના નેવે આરપાર નીકળે છે,
જીવન જીવવાની મોજેલી વાતું અહીં મોઢે-મોઢે નીકળે છે.
મહેમાન જો બનો દિલથી ડેલી-ડેલી આવકાર નીકળે છે,
ખતરે વાવેલ પાકને મહેનતની સુગંધ ઢેફે-ઢેફે નીકળે છે.
દોવાતી ગોરી ગાયોની આચરે માખણ હાથે-હાથે નીકળે છે,
હેતથી ખવરાવતી માતની આંખે સ્વર્ગ આંખે-આંખે નીકળે છે.

34
ગામડું

માણસથી લઇને પશુ-પંખી માં પણ ભાવ દર્શાતો હોય તે છે મારું ગામડું,

જ્યા બાળપણને પણ રમવાનું મુકામ મળી જાય તે છે મારું ગામડું,

વૃક્ષ થી લઈને હરેક એક પર્ણ લીલાછમ હોય તે છે મારું ગામડું,

નદી દ્વારા બનતી હરેક લહેર પણ પવિત્ર હોય તે છે મારું ગામડું,

ખેતરમાં ખેડૂત જાણે ધરતી માંના ખોળામાં રમતો હોય તે છે મારું ગામડું,

મંદિર ની ઝાલર ના ઝણકારા, લોકગીત લલકારા હોય તે છે મારું ગામડું.

35
મારું ગુજરાત

જયાં જયાં જાવો ને ત્યાં પડે સાવજની દહાડ,
દિલથી જાણી લેજો એજ મારું ગુજરાત.
જ્યાં શ્રધ્ધા કેરા નાદથી ભક્તિ ગુંજે,
નિર્મળ નીર નર્મદે નદીના વહે,
હાલરડાંના હોકારે પ્રગટે પ્રભાત,
દિલથી જાણી લેજો એજ મારું ગુજરાત.
જ્યાં સાગરમાં પણ સાહસ જડે,
બાળક બાળકમાં મળે દેશ દાઝ,
જ્યાં ગુંજે સપૂતો ની હાકો દિનરાત,
દિલથી જાણી લેજો એજ મારું ગુજરાત.
જ્યાં ઉંચો ગઢ ગરવો ગિરનાર,
કેસર કેરી અને મોંઢે મીઠા ગાન,
જ્યાં ગામે ગામે પાળિયા પૂજાય,
દિલથી જાણી લેજો એજ મારું ગુજરાત.
જ્યાં સાહિત્યની પ્રેમતણી હેલી વહે,
સંતો ભક્તોના રૂદયે દિનરાત ભજન રહે,
ને જ્યાં જુવો ત્યાં ભગવાન મળી જાય,
દિલથી જાણી લેજો એજ મારું ગુજરાત.
જ્યાં પાને પાને ઇતિહાસ મળે,
ગલીએ ગલીએ ગૌરવ ગીત ગવાય,
જ્યાં ઓટલે દુહાના હોંકારા સંભળાય,
દિલથી જાણી લેજો એજ મારું ગુજરાત.

જ્યાં ખોળે ખોળે માની મમતા મળે,
ડુંગરે ડુંગરે મા ભગવતી રમે ,
ને જ્યાં માનવથી માનવમાં પ્રેમ મળે,
દિલથી જાણી લેજો એજ મારું ગુજરાત.

36
ફર્ક નથી પડતો

પ્રેમ ,જિંદગી ,વિશ્વાસ કશું ન મળે મને ફર્ક નથી પડતો,
મળે નહીં જો છેલ્લો શ્વાસ જીંદગી મને ફર્ક નથી પડતો.

માંગતો રહું સુખ ને તું આપે દુઃખ મને ફર્ક નથી પડતો,
ગળ્યું અમૃત માનનું મળે અપમાનનું ઝેર ફર્ક નથી પડતો.

તરી નદી સ્નેહની ના તરું ધિક્કારનો દરિયો ફર્ક નથી પડતો,
રહું છું મમતાની ધરતી પર મળે નહીં આકાશ ફર્ક નથી પડતો.

37
હા હું માણસ

હા હું માણસ.... જન્મ ની સાથે ઉપાધિ લઈ ને જન્મેલો માણસ.

હા હું માણસ.... યુવાની ની સામે બાળપન ને વેચેલો માણસ.

હા હું માણસ.... મોટા થવાની જવાબરી સામે મમતા ભૂલતો માણસ.

હા હું માણસ ....એકલો ઘૂંટતો અંદરથી ને બહારથી હસતો માણસ.

હા હું માણસ.... ભટકેલા જીંદગના માર્ગે મંજિલ શોધતો માણસ.

હા હું માણસ.... આપશે પ્રેમ અપાર જિંદગી પણ પ્રેમ માંગતો માણસ.

હા હું માણસ...ચિંતા ને સિરે રાખી ફરતો ને અંતે રાખ બનતો માણસ.

સુવિચાર

1. "પ્રેમનો સાચો અર્થ સમજવા પ્રેમ ને બાળકની જેમ રાખવો જરૂરી છે."
2. "જીંદગીમાં જ્યારે ચાલતા ચાલતા ઠેશ વાગે ને ત્યારે માઁ યાદ આવે,પણ યાદ રાખજો જ્યારે જીંદગીમાં મુશ્કેલી,જવાબદારીના ભારની ઠેશ વાગે ત્યારે બાપ યાદ આવે"
3. "કોઈ પણ મુશ્કેલ પરિસ્થિતિ માં સુખી થવાનું મૂળ મંત્ર, હમેશા પોતાના પ્રત્યે અને બીજાના પ્રત્યે પ્રેમ વરસાવતાં રહો."
4. સાચો સાથ ?

   "સાચા સુખની રાહ દુઃખથી પસાર થઈ ને તમારા સુધી પહોંચતી હોય છે. તમારા ચહેરા પરનું સ્મિત જ્યારે કોઈ બીજી વ્યક્તિના ચહેરા પરનુ સ્મિત બને ત્યારે સાચા સુખની અનુભૂતિ થશે. જીવન અને સુખ આ બન્ને વસ્તુ તદ્દન અલગ છે પણ જ્યારે સાથ અને હાથ બન્ને તમારી નજીક હોય એને હંમેશા પ્રેમથી રાખો એને એક બાળકની જેમ રાખો, તમારા હર એક પડાવમાં તે તમારી નજીક આવીને ઉભી રહશે અને કહેશે 'તું છે ને' બસ તમારા અડધા દર્દ ત્યારે જ દૂર થઈ જશે."
5. પ્રેમ એટલે ?

   "પ્રેમ એટલે પોતાના અહં નું સમર્પણ,હરેક દર્દની દવા, ગુસ્સાની ચરમસીમાએ પણ જે અટલ હોય. ભટકેલા જીવનને ખોટા રસ્તેથી સાચા રસ્તે લઈ આવે તે પ્રેમ.પ્રેમ અસમાનતા ભેદભાવ ની દિવાલને તોડી નાખતો પથ્થર ,અને પ્રેમ એટલે થાકેલા શિરરનો વિસામો. જે સુખમાં ને દુઃખ હંમેશા તમારી પાસે હોય."
6. "ઝુંપડીના છત પરથી ટપકતું પાણી રોકવા માટે લગાવેલું પોસ્ટર જોર જોર થી બૂમો પડી રહ્યું હતું કે 2&3 BHK માટે જલ્દી બુકીંગ કરવો."
7. "સમયનો શિક્ષક સમય છે ; જીવનનો શિક્ષક જીવન છે. "

www.ingramcontent.com/pod-product-compliance
Lightning Source LLC
LaVergne TN
LVHW022156071026
849580LV00015B/2388